BIỂN ĐEN ĐÊM TRẮNG

BIỂN ĐEN, ĐÊM TRẮNG
Hồi Ký Thuyền Nhân: **Mộng Thường**
Bìa: **Nguyễn Thành**
Trình Bày: **Lê Hân & Nguyễn Thành**
Đọc bản thảo: **Trần Thị Nguyệt Mai**
ISBN: 978-1989705872
Nhân Ảnh Xuất Bản 2020
Copyright @ 2020 by Mong Thuong

MỘNG THƯỜNG

BIỂN ĐEN
ĐÊM TRẮNG

Hồi ký Thuyền nhân

NHÂN ẢNH
2020

Kể từ ngày miền Nam bị cộng quân xâm chiếm, đã có biết bao chuyện xảy ra ngoài xã hội cũng như trong mỗi gia đình. Từ chuyện các sỹ quan VN Cộng Hoà bị bọn cộng nô lừa gom vào để đưa đi cải tạo, rồi đến vụ chúng đánh tư sản mại bản và vụ đổi tiền rồi chiếm đoạt nhà cửa của nhân dân, bắt buộc dân phải đi kinh tế mới, đi làm thuỷ lợi.v.v. cũng chưa nổi đình đám bằng chuyện dân chúng ngược xuôi chạy vạy tứ tung để tìm đường đi vượt biển. Chẳng thế đã có câu nói của dân gian "nếu cột điện biết đi thì chúng cũng tìm đường để ra đi.." huống chi là những người còn bị kẹt lại với nhiều lý do mà trong đó có tôi.

TÌM ĐƯỜNG ĐI

Sự trốn thoát VN bằng đường vượt biển của tôi khi miền Nam rơi vào tay cộng sản, cũng giống như bao thuyền nhân khác. Cũng trầy vi tróc vảy, cũng tốn công tốn của và hơn thế nữa cũng phải chấp nhận sự vào tù nếu bị bắt và cái chết trên biển cả nếu không được Trời thương...

Sau những ngày nghe ngóng để tìm mối lái dẫn đường đi trốn, gia đình tôi đã bị lừa bịp không biết là bao nhiêu lần. Nếu tính ra và gom lại cũng phải vài cây vàng phải trả đặt cọc trước cho họ. Nhưng rốt cuộc họ nhận vàng rồi và không bao giờ trở lại nữa. Đã có lúc tôi thấm mệt, chán nản mất niềm tin và định buông xuôi cho cuộc đời muốn ra sao thì ra.

Nhưng mỗi ngày cứ nghe được tin con ông bà X hay chồng chị B đã vượt thoát đến nước này nước nọ, lại làm tôi bấn loạn và có cảm tưởng như mình bị bỏ rơi để sống với lũ người không có nhân tâm này. Nhất là mỗi lần nhìn nhà tôi thở ngắn than dài lo lắng cho tương lai rồi không biết sẽ đi về đâu, khi mỗi buổi sáng anh lại phải đạp chiếc xe đạp cọc cạch đến sở làm.

Mộng Thường | 7

Chiếc xe Lambretta màu trắng của anh bây giờ phải nằm ụ một chỗ. Bởi thời thế đã xoay vần, thời công tử của anh nay đã không còn nữa. Chẳng phải chỉ một mình anh mà hầu như đối với tất cả mọi người. Mẹ chồng tôi đã nhiều lần nói anh bán chiếc xe đi, vì còn để nó trong nhà thì cũng như tự mình tố giác với chính quyền mình thuộc thành phần tư sản. Nhưng cả anh và tôi đều không muốn, bởi nó là dấu tích cuộc tình của thời yêu nhau. Tôi nói với anh chỉ khi nào chúng mình thoát khỏi nơi đây mới không nhìn thấy chiếc xe này mà thôi. Nó cũng đồng nghĩa là việc mong muốn trốn thoát khỏi một nước Việt Nam đầy bất công và không còn tự do này, được thành công thì hẳn ngày đó chúng tôi và những người miền Nam, mới được nhìn thấy tương lai. Thế là tôi lại đội mũ phóng xe đi đến những bạn bè, người quen, họ hàng để mày mò xem coi có được tin tức nào của ai đang ngấp nghé ra đi thì cho nhập bọn.

Quả là Trời đã không phụ lòng, sau những đêm sâu dài thẳm, tôi đã thắp hương khấn vái giữa trời xin cho tìm được chủ tàu nào làm ăn đàng hoàng để đưa chúng tôi đi trốn thoát. Và cuối cùng thì cũng đã tìm được một mối đi do một người bà con đã gửi con, em của họ đi rồi và đã thoát, nhưng giá cả thì đắt lắm.

Ngày ấy giá tiền đi bán chính thức của những người Việt gốc Hoa cho mỗi đầu người phải trả từ 9 hoặc 10 cây vàng (mỗi cây là 1 lượng). Mối đi của tôi không phải là bán chính thức, nhưng chủ tàu cũng đòi người lớn là 10 cây. Con nít dưới mười tuổi thì 5 cây. Cách trả (vàng) là đưa trước cho họ một nửa, số còn lại khi lên được ghe lớn, tức là cái ghe dùng để vượt đại dương thì viết mật hiệu đưa cho người chủ ghe để họ mang về làm bằng chứng là chúng tôi đã lên được ghe lớn thì người nhà sẽ đưa nốt nửa số vàng còn lại.

Tiểu gia đình tôi gồm có vợ chồng và 3 đứa con. Con lớn lúc ấy là 4 tuổi, đứa thứ hai 3 tuổi, còn đứa út mới chỉ là chưa đầy năm. Ngoài ra còn có hai người em gái, em trai và một cháu trai, con người chị cả mới mười tuổi. Tổng cộng là 9 người trong gia đình.

Nếu tính số vàng phải mang theo trong người để khi đến nhà của người mà tạm trú qua đêm, sẽ gặp vợ chủ ghe ở đó để đưa cho họ trước một nửa. Nên phải gói ghém làm sao để không bị rơi mất và người ngoài nhìn vào không biết là có mang theo một số lớn tài sản như vậy. Mẹ tôi đã phải may vài cái ruột tượng rồi luồn những lượng vàng vào trong đó cho tụi tôi cột chặt vào lưng quần, trừ những đứa con nít vì còn nhỏ quá nên không dám đeo cho chúng nó.

Sự ra đi là do vợ chồng tôi quyết định, chứ cả hai bên bố mẹ đã hết sức can ngăn. Bởi thấy các cháu còn nhỏ quá, sự liều lĩnh đi trốn như thế này không biết chúng nó có kham nổi không khi phải lênh đênh trên biển cả. Rồi bệnh tật, đói khát cùng những sự nguy hiểm mà không ai có thể lường trước được.

Cũng may là trong khoảng thời gian này, ở khu phố tôi không nghe thấy một tin xấu nào của những người hàng xóm đã trốn thoát ra đi. Chỉ toàn nghe thấy ghe của người này đã đến được Mã Lai, ghe của người kia đã được tàu buôn của ngoại quốc cứu, người khác thì lại được tàu Caritas vớt...v..v...

Những tin đồn này đã gây sự tin tưởng mãnh liệt trong tôi là chuyến đi sẽ thành công. Vì thế mà trong khi xếp đồ vào túi xách, nhà tôi đã dặn là nhớ mang theo cho anh ấy cái kính mát để khi lên tàu lớn anh sẽ đeo. Tôi nghe lời nên đã mang theo cho anh ngoài hai bộ quần áo và một ít lương thực mà các chị tôi đã tự tay làm bằng đậu phộng giã nát và nấu với cơm nếp rồi đóng thành oản để có thể để dành lâu được cho suốt cả tuần. Món ăn này các chị cũng học được của những người đã lo cho thân nhân họ đi vượt biên và đi học tập chỉ lại.

RA ĐI

Tôi nhớ rất rõ vào buổi tối hôm ấy, giữa tháng 9 năm 1978, là ngày phải lên đường. Chủ tàu cho biết sau bữa cơm chiều, họ sẽ cho người đón ở góc trường đua Phú Thọ. Sau khi đã căn dặn là người dẫn đường sẽ mặc áo bà ba màu xanh dương và khi người đó giả bộ đến gần tôi nói một câu ám hiệu thì cứ như vậy mà đi theo người này. Chín người chúng tôi đã được chia nhỏ ra nhiều nhóm để đi bằng xích lô đến nhà của một người trong ban tổ chức. Nghỉ qua đêm để sáng sớm hôm sau sẽ ra xa cảng miền Tây đáp xe đò đi Vĩnh Long và Rạch Giá

Chồng tôi đi với đứa con trai thứ nhì, đứa con lớn và con út thì đi với tôi. Hai người em gái, em trai và đứa cháu cũng được họ xé lẻ ra để đi bằng xe đò xuống điểm hẹn. Kể từ giây phút này là chúng tôi không gặp lại nhau nữa.

Năm ấy là năm lụt lội rất lớn ở vùng 4. Khi xe đò đến Vĩnh Long thì hoàn toàn bị bế tắc bởi nước ngập đến bánh xe, có rất nhiều xe bị hư dọc đường tạo thành một sự bế tắc không giải quyết được. Thế là ba mẹ con tôi và người dẫn đường cùng những hành khách đi chuyến xe đó đều bị ngủ lại trên xe giữa đường với một vùng trời nước mênh mông.

Vì xe bị nạn lụt trên đường đi, tôi áng chừng là ở giữa đồng ruộng nên trong xe phần thì đông người, ngộp thở, phần thì muỗi gặp bóng tối nên xua nhau ra cắn đốt, chúng bủa vây đến nỗi cứ phải đưa tay lên xua lia lịa mà không xuể. Hai đứa con la khóc inh ỏi, chúng bứt đầu bứt tai một cách điên cuồng.

Tội nghiệp hai đứa nhỏ. Càng há miệng ra khóc thì muỗi lại bay sà vào trong miệng, làm chúng ho lên sặc sụa. Nhất là đứa con lớn vì được nuông chiều từ nhỏ và lại không chịu nóng nực nên khóc khan cả tiếng và nhất định đòi về nhà với ông bà Nội. Tôi mệt lả người vì đầu óc căng thẳng. Vả lại từ hồi nào đến giờ vẫn quen có người phụ giúp trông con, bây giờ một nách hai đứa con kêu khóc vừa đói vừa mệt như thế. Tôi cuống quýt không biết làm gì để lo cho chúng nó. Một bà già trầu lên tiếng:

- Sao tụi nhỏ khóc dữ vậy cô? Hay là nó bị đau bụng?

- Dạ..! Tại vì trong này nóng nực quá, lại bị muỗi cắn nên chúng nó chịu không thấu.

Tôi vừa trả lời vừa thò tay vào túi xách để tìm lọ dầu Nhị Thiên Đường để xoa cho các con. Đêm ở giữa đồng ruộng, không một ánh đèn, không một ánh sao. Trời tối đen như mực, ngửa bàn tay ra cũng không thấy, chỉ nghe thấy tiếng côn trùng và tiếng "ồm ộp" của ếch nhái kêu inh ỏi, và bây giờ thì lại có tiếng la khóc của trẻ con. Người lớn như tôi mà còn thấy sợ, huống chi là tụi nhỏ. Khóc chán rồi mệt, chúng im lặng được một lát rồi vì muỗi cắn nên chúng nó lại ré lên. Chưa bao giờ tôi thấy đêm dài như cái đêm hôm đó....

Qua sáng hôm sau vì xe hư và nước dâng cao nên

họ phải lấy ghe xuồng để di chuyển hành khách qua một đoạn đường. Đây là lần đầu tiên đi xuống vùng 4 nên tôi không biết địa danh ở nơi này, mà chỉ biết đi theo người dẫn đường thôi. Buổi trưa người dẫn đường đưa ba mẹ con tôi vào quán cơm bình dân bên đường. Nhưng còn lòng dạ nào mà ăn được.

Ngồi trước đĩa cơm mà nước mắt cứ chảy dài. Người dẫn đường đã phải nhiều lần nhắc tôi là không được làm vậy vì sợ tai mắt của tụi công an. Ăn xong bữa trưa, ngồi nghỉ chân trong khi đợi lấy xe lôi để chạy về Rạch Giá. Lúc bấy giờ là buổi chiều, tôi nghe người dẫn đường nói với bác tài là chở chúng tôi về chợ Rạch Giá. Ba mẹ con tôi ngồi ở phía trước còn cô ta thì ngồi đằng sau.

Tại khu vực này cũng đang bị lụt, nhưng mực nước không quá cao như ở vùng Vĩnh Long. Đường đi toàn là đá lởm chởm nên xe bị dằn dữ lắm. Khi xe vừa mới quẹo vào một góc đường ở khu chợ, tôi nhìn thấy chồng tôi đang dắt tay đứa con thứ nhì của chúng tôi đi bộ về phía trước mặt.

Nhìn thằng con gầy khẳng khiu vẻ mặt hết sức mệt mỏi dáng chừng đã không được chăm sóc như hồi còn ở nhà đang chân thấp chân cao rảo bước cùng với bố về hướng mà xe tôi đang đi đến. Phản ứng tự nhiên, tôi định lên tiếng gọi, nhưng chợt nhớ đến lời dặn của người chủ tàu là kể từ giây phút ra khỏi nhà thì tuyệt đối không được nhận diện là người thân. Nếu có ngẫu nhiên gặp nhau thì cũng phải tảng lờ đi như không quen biết. Thế là tôi chỉ kín đáo đưa mắt nhìn và bắt gặp ánh mắt của chồng tôi cũng đã nhận ra vợ trên chiếc xe lôi.

Khi đến khu dành để cho các ghe buôn, ghe nhà đậu. Người dẫn đường đã nói bác tài ngừng lại ở đây và chúng tôi phải cuốc bộ một quãng khá xa mới đến được ghe nhà của chủ tàu (sau này tôi mới biết).

Một tay bế nách đứa con út, tay kia thì dắt đứa con lớn. Trên lưng còn đeo một cái túi xách trong có đựng thức ăn chống đói để dành khi lên ghe lớn và một ít thuốc cảm, cũng như thuốc ngủ và vài bộ quần áo cho ba mẹ con. Vì đường vẫn còn lụt lội, nên tôi phải xắn ống quần cao đến đầu gối.

Khi vừa đến trước ghe của chủ tàu. Tôi nhìn thấy một người đàn ông quắc thước, khoảng trên 40 tuổi, mặt mũi rắn rỏi, đôi mắt sáng quắc ẩn dưới hàng chân mày đen đậm. Lại thêm với cái đầu cạo trọc mà tóc đang mọc lên lởm chởm đã cho tôi cái cảm giác sờ sợ, với ý tưởng người đàn ông này chắc không thuộc loại đơn giản đâu.

Người dẫn đường đã thoăn thoắt bước lên mảnh gỗ nhỏ làm cầu bắc ngang nối liền từ bờ đến chiếc ghe vì thế đã làm chiếc ghe tròng trành. Tôi đã thấy chóng mặt và sợ hãi nên không dám bước lên. Thấy tôi cứ mò mẫm mãi mà không vào được, cô ta đã chạy ra bế hai đứa con tôi mang vào ghe trước. Còn tôi thì run rẩy phải bò trên miếng ván vì sợ mình sẽ rớt xuống sông. Khi vừa lọt vào trong ghe, người chủ tàu đã lên tiếng mắng:

- *Chị là người ở thành phố xuống còn không biết che đậy, lại xắn quần cao lên như thế để phơi ra hai cái chân trắng nhẫy. Bộ chị muốn bị bắt hả?*

Nghe hai chữ bị bắt tôi đã run bắn cả người, lí nhí chống chế:

- *Tôi đâu có biết, tại vì trên đường đi nước lụt còn cao quá.*

Không trả lời, nhưng ông ta đã ném cái nhìn về phía tôi không mấy thiện cảm. Tôi đưa mắt nhìn quanh cái ghe, chiều dài khoảng tám mét, bề ngang khoảng ba mét. Đây là ghe nhà, có nghĩa là họ sinh sống thay bằng cái nhà. Ngoài phần khoang ghe là đến phần sập gụ cao hơn khoảng một chút nơi có để máy radio cassette và những băng cassette, cộng thêm còn có mùng mền chăn gối của chủ nhân. Đi sâu vào bên trong cuối ghe là phần bếp. Có một cái là bếp dầu và cái kia là bếp nấu bằng than, và một cái chạn để bát đĩa, nồi niêu xoong chảo thì treo trên một thanh gỗ. Vì sắp đến giờ cơm chiều nên có người ngồi nấu cơm ở đó. Chỉ độ nửa tiếng sau, hai người em gái và đứa cháu trai của tôi cũng được đưa vào cái ghe này. Gặp nhau nhưng tất cả chúng tôi đều im lặng không dám nói chuyện hay hỏi han, mặt đứa nào đứa nấy rất căng thẳng. Tôi muốn hỏi hai cô em gái về cậu em trai có ai biết nó thế nào không? Vì từ lúc chia tay ở góc trường đua Phú Thọ tôi đã không có tin tức gì của nó hết, nhưng rồi chẳng ai biết gì cả.

TRÊN GHE NHỎ

Ăn xong bữa cơm chiều trên chiếc ghe nhà này thì trời đã nhá nhem tối. Bỗng nhiên người chủ tàu nhảy ùm xuống sông không biết ông ta bơi đi đâu một lát thì quay trở lại và nói nhỏ với người dẫn đường và rồi ngay sau đó hai người em gái và cháu trai tôi đã được họ chuyển qua một ghe buôn khác.

Lúc trước tôi thầm nghĩ nếu chiếc ghe này chỉ là nơi tiếp nhận người từ thành phố xuống thì tại sao họ vẫn chưa đưa nhà tôi và con trai thứ nhì đến đây. Bằng có là buổi chiều nay tôi đã nhìn thấy hai bố con họ đi bộ về hướng này mà. Nghĩ thế nhưng cũng không dám hỏi. Thấy đã ăn cơm xong mà vẫn còn ở trên ghe, đứa con lớn đã hỏi tôi:

- Má ơi! Mình đi về nhà chưa? Con muốn về ngủ với cô Linh.

Tôi khẽ dỗ dành nó:

- Mình sẽ ở đây đợi Ba đến rồi đi chơi bằng thuyền.

Nó giãy nảy và oà lên khóc:

- Không, con muốn đi về. Má ơi! Con muốn đi về.

Người chủ tàu, tên là Chú Sáu, đã quắc mắt nhìn tôi ra lệnh:

- Chị cho hai đứa con chị uống thuốc ngủ đi, để sau đó ba mẹ con chị sẽ được qua ghe khác.

Tôi líu ríu nghe lời người chủ tàu lấy thuốc ngủ ra cho hai đứa con uống. Vừa pha thuốc mà tay run lập cập. Thằng con út vì lúc ấy còn bú sữa bình, nên việc cho nó uống thuốc ngủ thì dễ dàng rồi, là chỉ việc cho vào trong bình sữa để nó bú là xong. Nhưng còn thằng con lớn của tôi thì khó hơn, vì bình thường lúc ở nhà mỗi lần cho nó uống thuốc là cả một vấn đề, huống chi bây giờ nó lại đang la khóc thì chắc gì nó đã chịu uống. Thấy nó cứ khóc hoài không chịu nín, người chủ tàu đã bực mình. Ông ta quay sang chỉ tay vào con lớn tôi giọng đanh thép:

- Chị phải cho thằng nhỏ này uống nặng đô một chút, vì nó hay la khóc. Một lát nữa đây chị sẽ phải chuyển qua ghe buôn để nửa đêm về sáng sẽ đi ra bãi để gặp ghe lớn. Trên đường đi mà nó khóc thì sẽ bị tụi tài công bóp cổ chết đó. Tui phải nói trước cho chị biết để mà liệu...

Tôi nghe mà bàng hoàng, ngồi chết trân nhìn người chủ tàu. Thấy tôi biểu lộ sự sợ hãi, ông ta nhắc lại:

- Tui không có nói giỡn mặt đâu. Vậy bây giờ chị còn muốn đi hay thôi? Mà nếu tiếp tục thì thằng con này của chị tôi không bảo đảm giữ được mạng sống của nó đâu nghen!

Nước mắt tôi giàn giụa với giọng van lơn:

- Chú Sáu à! Tôi đã quyết chí đi, vì vàng đã giao cho chú rồi...

Ông ta ngắt lời:

- Chuyện đó chị không phải lo. Chị không đi tôi sẽ trả lại vàng cho chị. Tôi thấy tốt nhất là chị nên bế con về lại Saigon đi.

- Nhưng chồng tôi và một đứa con nữa sao giờ này vẫn chưa thấy đến.

Tôi vội vàng hỏi ngay về tình trạng của hai bố con anh.

- Họ đang ở một chiếc ghe buôn khác để đợi giờ lên đường khuya nay. Vậy chị muốn họ huỷ chuyến đi hả? Tôi sẽ đi liên lạc để kêu họ về luôn Saigon với chị.

Nói là làm, người chủ tàu dợm đứng dậy để nhảy xuống sông đi kêu nhà tôi. Tôi vội đứng bật dậy giọng khẩn khoản:

- Chú Sáu! Đừng gọi chồng tôi về. Cứ để anh ấy đi.

Rồi chắp tay nài nỉ:

- Xin chú cho mẹ con tôi theo, chú nỡ lòng nào mà đuổi tụi tôi về. Hai đứa nhỏ tôi cho chúng uống thuốc rồi. Chúng nó sẽ ngủ say mà.

BỊ ĐUỔI VỀ

Nhưng dù có khẩn khoản van xin cách mấy ông ta chỉ chấp nhận không đi kêu nhà tôi nữa, nhưng bắt buộc tôi phải thu xếp hành lý để rời ghe của ông ngay lập tức. Cho dù lúc đó cố xin ông để tìm đôi giày săng đan cho thằng con mà khi mới vào trong ghe tôi đã cẩn thận để nó ở dưới lòng ghe. Nhưng ông ta không cho trì hoãn một giây phút nào thêm nữa, và đã kêu người dẫn đường mang ba mẹ con tôi đến nghỉ qua đêm ở một ngôi nhà gần đó để sáng sớm hôm sau sẽ đáp xe đò về lại Saigon. Chỉ vì không có giày săng đan, đứa con lớn phải đi chân không trên đường đá lởm chởm như vậy, nó đã khóc hết quãng đường. Nhìn thấy chân con rướm máu và sưng vù, lòng tôi đau xót mà không giúp được bởi vì đã bế nách đứa Út, còn tay nào đâu để bế nó nữa chứ. Cứ như vậy ba mẹ con vừa đi vừa khóc.

Tôi biết kể từ giây phút này chúng tôi sẽ là hai phương cách biệt. Không biết có còn gặp lại nhau không. Nghĩ mới hôm qua cả vợ chồng con cái còn ở chung một mái gia đình, vậy mà hôm nay phải chia lìa hai lối, không ai biết được tương lai sẽ ra sao.

Tôi thầm trách bản thân là nếu biết sự việc xảy ra

như bây giờ thì lúc buổi chiều, nhìn thấy nhà tôi thì đã đứng lại để bàn soạn với anh, ít ra như vậy anh cũng biết được là ba mẹ con tôi sẽ về đâu để anh được yên lòng, hoặc là anh sẽ cùng ở lại và huỷ chuyến đi. Chứ bây giờ tôi bị ở lại, lát nữa lên ghe lớn không thấy ba mẹ con chắc là anh lo lắng lắm. Tôi cứ tự hỏi lòng:

- "không biết sự hy sinh của tôi khi yêu cầu chủ tàu đừng gọi anh về có phải là điều nên làm không, hay là sau này tôi sẽ phải ân hận?"

Tội nghiệp thằng út, vì tưởng là đi nên tôi đã chuốc thuốc ngủ cho nó uống từ lúc tối cũng may nó ngủ li bì trên tay tôi cho đến sáng hôm sau. Tờ mờ sáng hôm sau tôi đã nhờ người dẫn đường đưa ra bến xe đò để đi chuyến đầu tiên nhất trở về Saigon.

Phải chật vật lắm tôi mới chen chân lên được xe đò. Xe đã hết chỗ, chỉ kịp ấn thằng con lớn vào phía bên trong, thảy cho nó giữ cái túi xách, và bế nách thằng út đứng ở bậc thang gỗ cuối xe nơi mà vị trí người lơ xe hay đứng. Tôi chỉ cần bám được một tay vào thành xe là yên lòng được rời khỏi nơi đây càng sớm càng tốt.

Xe chạy vùn vụt, thỉnh thoảng gặp ổ gà cái xe lại xóc cẫng lên, có nhiều lúc tưởng bàn tay đã tuột khỏi thành xe. Mỗi lần người lơ xe đập thình thình vào thành xe để ra hiệu cho tài xế ngừng vì có người xuống, tôi lại khấp khởi mừng là sẽ có được chỗ ngồi để bớt nguy hiểm hơn.

Tôi cần phải thoát khỏi nơi đây càng sớm càng tốt, để đưa được hai đứa con về nhà. Có như vậy mới yên tâm, nếu không thì chúng nó sẽ bị ốm chết. Vì tính đến ngày hôm nay là ba mẹ con tôi đã xa nhà 3 ngày rồi. Trong 3 ngày này đã thiếu ăn, thiếu ngủ và đủ mọi thứ lo lắng, lại thêm đứa con lớn khóc suốt ngày, sợ nó sẽ bị bệnh mất. Cũng may cho đến hôm nay, nước lụt đã rút hết, nên hy vọng là ba mẹ con tôi sẽ về đến Saigon kịp trong một ngày, không phải bị ngủ lại giữa đường ở đồng ruộng như hôm đi. Mãi đến 9g tối chúng tôi mới về được đến bến xe xa cảng miền Tây. Tính ra chúng tôi đã rong ruổi trên xe đò từ Rạch Giá về đến Saigon hết mười mấy tiếng đồng hồ.

Về đến nhà đã gần 11g đêm, cả nhà đã tắt đèn đi ngủ. Tôi rón rén gọi Mẹ. Nghe được tiếng tôi, Mẹ còn tưởng là nằm mơ. Nhưng khi thấy ba mẹ con tôi quần áo tả tơi, mặt mũi đầu tóc bơ phờ, đứa út đang ngủ trên vai tôi, thằng con lớn oà lên khóc gọi bà Ngoại, cả nhà tôi thức dậy hết.

Sau khi lo cho hai đứa nhỏ ăn ngủ đàng hoàng, tôi ngồi kể lại hết những diễn tiến từ lúc rời nhà cho đến lúc về lại đến đây. Bố Mẹ và các anh chị em rất mừng là ba mẹ con tôi vẫn còn sống để về được đến nhà, và an ủi không đi được chẳng qua là cái số. Bây giờ chỉ còn đợi tin tức của nhà tôi và các em xem coi chuyến đi có thành công hay không.

Bố Mẹ chồng thấy tôi mang được hai đứa nhỏ về đến nhà bình an như vậy sau khi nghe thuật lại câu chuyện, ông bà cũng mừng là thằng con lớn đã không bị giết chết một cách oan uổng nếu tôi cố tình không nghe lời của người chủ tàu.

Phải nói thêm là về đến nhà hôm trước, thì hôm sau thằng út đổ bệnh. Nó lên cơn sốt và bị tiêu chảy, nằm li bì đến nỗi mặt mày hốc hác, hai con mắt thò lõ ra ngoài.

Mộng Thường | 21

Ngay lúc bấy giờ tôi không hiểu tại sao nó lại đổ bệnh như vậy. Phải đến sau này mới ý thức được rằng vì cái đêm bị ngủ trên xe đò, bị muỗi đốt, đốt nhiều đến nỗi trên mặt của thằng nhỏ có những vết lỗ chỗ mẩn lên như người bị bệnh trái rạ vậy. Chắc là do vi trùng của những con muỗi đã truyền sang.

Cũng may bị đuổi về nên thằng nhỏ còn sống. Nếu không thì sẽ bị bệnh ở trên ghe và lênh đênh trên biển cả như vậy thì lấy thuốc đâu mà chữa cho nó chứ. Cứ nghĩ như thế tôi thấy rợn cả người, và đúng là sự may hay rủi đến với ta thật khó mà lấy đó làm vui hay thất vọng. Tôi đã học được bài học này.

Như đã kể ở trên, theo sự thoả thuận thì chúng tôi phải đưa trước một nửa số vàng. Phần còn lại thì khi người nhà đã lên được ghe lớn sẽ viết ám hiệu về để ở nhà sẽ đưa hết số còn lại. Lúc đi Bố tôi đã dặn nhà tôi là khi lên được ghe lớn thì viết về như sau:

"Phú Quý sinh lễ nghĩa"

Khi người của chủ tàu đến lấy vàng thì phải đưa tờ giấy có chữ viết của nhà tôi với câu này thì người nhà mới đưa vàng cho họ. Chỉ hai ngày sau, gia đình nhận được mẩu giấy này với đúng nét chữ của nhà tôi, thế là ông bà cụ trao hết số vàng còn lại, dĩ nhiên là có trừ đi số vàng của ba mẹ con tôi đã không được theo.

Kể từ hôm nay chúng tôi hồi hộp chờ xem tin tức của những người ra đi như thế nào. Cả hai bên gia đình Nội Ngoại hàng đêm vẫn lén mở đài VOA để nghe xem tình hình tàu vớt trên biển, và thời tiết ra sao để xem coi có tàu nào bị đắm hay không. Ôi thôi! Trong những ngày này thật là thời gian căng thẳng. Mẹ tôi vì quá lo lắng mà áp huyết lên cao, nên bị thổ huyết. Bố tôi can đảm hơn nên giữ được ở trong lòng. Nhưng cái radio để bàn bao giờ cũng ở liền với ông. Rồi cứ sau bữa cơm chiều, bố chồng và bố ruột lại đến thăm nhau để trao đổi tin tức mà hai ông đã nghe được.

Thật là may mắn, về nhà được hôm trước thì hôm sau người ở cơ quan làm việc của nhà tôi đã đến tìm. Họ hỏi chồng tôi đâu mà cả tuần nay không thấy đi làm, cũng không thấy anh ấy gửi đơn xin nghỉ bệnh, nếu đang bị bệnh.

Đến lúc này tôi phải giả vờ đóng kịch, oà lên khóc và nói cho họ biết chính bản thân tôi cũng không biết anh ấy hiện giờ ở đâu. Trước lúc đó tôi có nghe phong phanh anh có cặp bồ với người phụ nữ nào đó. Rồi có hôm đi làm mà anh cũng không về nhà, cứ ngày đực ngày cái như vậy, không còn chịu đựng được nữa nên hai vợ chồng đã cãi nhau và kết quả là nhà tôi cả tuần nay không thấy về nhà nữa. Tôi vừa nói vừa khóc thật là mùi mẫn, ai nhìn vào cũng phải cảm thương.

Sở dĩ đóng được vẹn toàn vai trò đó vì trong lúc ấy tôi đang thật sự lo nghĩ về chuyến đi của anh chưa biết ngã ngũ như thế nào và bệnh tình của mẹ đang phải nằm điều trị tại nhà thương, thêm thằng con út lại đang ốm.. Tất cả những sự kiện này đã làm cho tôi khóc một cách ngon lành. Mà thật thế, có khóc được, có để nước mắt trào ra được thì trong người mới thấy dễ chịu. Chứ cả hơn tuần nay tôi như người sống trên mây, không còn biết gì hết.

THẤT BẠI

.... Vào một buổi sáng đang ngồi ở cửa tiệm thì chị Sáu, vợ của người chủ tàu đến nhà. Tôi biến sắc vì biết có chuyện chẳng lành. Chị Sáu cho biết chiếc ghe lớn đã bị tàu duyên phòng bắt sau khi đi được hai ngày. Lý do vì sao bị bắt thì chưa biết ngã ngũ thế nào. Chỉ biết là toàn bộ số người đi trong chuyến đó đều đã bị bắt và hiện đang bị giam trong tù ở Rạch Giá.

Tin này đến với hai bên gia đình là một cú sốc. Chị Sáu phủ dụ là chú Sáu sẽ làm mọi cách để chuộc các người khách của chú ra khỏi tù càng sớm càng tốt. Nhưng với điều kiện là mỗi người khách phải đóng thêm 1 cây vàng cho họ, con nít thì miễn, để họ lo lót cho những người cán bộ coi tù. Khi nghe lời đề nghị này cả hai bên gia đình đâm nghi ngờ người chủ tàu, không biết có phải vì xui mà bị bắt hay là vì bị lừa. Nhưng dù thế nào thì "cá đã nằm trên thớt" cũng phải tìm cách để lo cho thân nhân được ra tù càng sớm càng tốt mà thôi.

Thân nhân tôi gồm có 6 người bị tù trong đó có 2 đứa con nít, vậy số vàng gia đình tôi phải chi thêm là 4 cây nữa. Đúng như lời chị Sáu hứa, khoảng hơn một tuần sau vào một buổi tối lúc sắp sửa đi ngủ ở nhà Ngoại. Cần nói thêm là thời gian này tôi ở cả hai nơi, khi thì bên Ngoại, hôm thì bên Nội viện cớ là các con hay đau yếu nên cần sự giúp đỡ của hai bên gia đình. Tôi nghe có tiếng gõ cửa bên hông, và tiếng gọi khẽ tên người chị lớn. Nhận ra giọng nhà tôi, tôi cuống quýt gọi cả nhà ở trên lầu chạy xuống báo tin là họ đã về đến nhà rồi. Khi cánh cửa được mở ra, tôi thấy anh bế đứa con thứ nhì trên tay vì nó đang ngủ, bên cạnh là hai cô em gái và đứa cháu trai, nhưng lại thiếu cậu em trai trong số này.

Sau khi các chị lo đi dọn đồ ăn cho đám "xổng tù" này thì cả gia đình vây quanh để nhà tôi vừa ăn vừa kể chuyện về chuyến đi rồi bị bắt ra sao. Mẹ sốt ruột vì thằng con trai út của bà không về được cùng chuyến. Nên nhà tôi phải nói chuyện này ngay từ đầu là cậu em tôi không được giam chung với nhà tôi. Lý do vì anh có con nhỏ nên không bị giam vào khu tập thể, mà giam chung với những ngườI tù chính trị, vì khu này tương đối ít người hơn.

Người bị giam nơi tập thể, phòng giam nhỏ mà lại đông người và còn bị bắt phải đi lao động hàng ngày, ngay cả việc phải đi đào hố chôn người nếu hôm nào có người bị xử bắn. Chuyện này sau khi em trai được thả về gia đình mới biết, là vì chính bản thân em cũng đã bị gọi đi làm công việc này. Còn thằng cháu trai tuy đã 10 tuổi, nhưng nó gầy khẳng khiu, nhìn chỉ là đứa trẻ lên 8 nên được giam chung với đám đàn bà con nít tức là nó được giam chung với hai người dì của nó. Chỉ duy có cậu em trai là bị giam riêng ở khu thanh niên tập thể nên không ai gặp và được biết tin tức gì hết.

BỊ BẮT

Suốt đêm đó dĩ nhiên tôi đã không ngủ để ngồi nghe anh kể lại những gì mà sau khi chúng tôi đã nhìn thấy nhau ở chợ Rạch Giá. Bằng một giọng đều đều, anh kể....

Ngay sau khi anh thấy ba mẹ con em trên xe lôi, họ đưa anh và Tú đến một cái ghe để hai bố con ăn cơm xong thì họ bảo anh cho Tú uống thuốc ngủ xong rồi họ mang hai bố con tấn xuống hầm ghe. Tại đây anh nhìn thấy còn có nhiều người đã nằm sẵn đợi ở dưới này. Họ nằm im lặng. Vì tối quá anh không biết là có các em ở chung ghe này hay không. Anh quay sang dặn Tú một lát nữa con sẽ ngủ, đừng nói chuyện gì với Ba nữa nghe không. Con ráng chịu đựng nằm dưới đây một lát, rồi mình sẽ thấy thoải mái hơn khi mình rời khỏi nơi này. Tú yên lặng gật đầu ra điều hiểu những gì anh nói.

Độ khoảng một lát thì anh thấy họ chất những chồng mía phủ đầy phía trên cửa hầm ghe mà phía dưới là tụi anh nằm. Khi chồng mía được chất cao, anh cảm thấy ngột ngạt khó thở, vì đám mía này đã lấp đi khoảng không gian cho không khí vào. Anh thấy thương Tú quá. Nằm cạnh, anh nghe tiếng nó thở rất mệt, chỉ sợ nếu phải nằm lâu ở dưới hầm ghe chắc chịu không nổi đâu. Vì vừa nóng vừa tối, lại thêm những cây mía đặt sát vào mặt mình, người lớn còn chịu không nổi làm sao con nít chịu được. Nằm như thế rất lâu, anh không biết là mấy tiếng đồng hồ, mà chỉ biết là kể từ sau khi ăn xong bữa cơm tối là họ đã nhét tụi anh xuống dưới hầm ghe rồi.

Họ phải giả như ghe này là ghe chở mía để qua mặt được những đồn công an trên đường đi ra gặp ghe lớn. Anh đoán chừng là khoảng nửa đêm ghe mới bắt đầu rời bến. Đi độ gần 2 tiếng đồng hồ là ra gặp ghe lớn. Trên đường đi mọi người im phăng phắc, chỉ nghe được tiếng máy ghe nổ xình xịch và tiếng rẽ nước của mũi ghe. Anh nghe tiếng người lái ghe trả lời với những đồn Công An mà hắn đi qua. Rồi thỉnh thoảng hắn ta còn giả vờ buông ra vài câu vọng cổ thật mùi mẫn trong đêm thanh vắng như vậy để hòng qua mặt được những đồn trú của tụi Công An.

Nằm dưới hầm ghe, ai cũng im thin thít. Thỉnh thoảng anh đưa tay ra sờ lên mặt Tú để xem coi nó vẫn ngủ hay đã thức. Thấy mồ hôi nó ra nhễ nhại. Tội nghiệp thằng nhỏ. Anh thương nó quá, thầm khấn là nếu chuyến đi trót lọt anh sẽ ăn chay để tạ ơn Trời Phật đã độ trì cho mọi người. Anh cũng không biết là ghe nhỏ của em đã xuất phát để gặp ghe lớn chưa và mong đợi lúc lên ghe lớn thì mọi người mới gặp được nhau.

Khi ghe qua mặt được đám đồn Công An mà không bị xét hỏi gì, anh mừng khấp khởi, phải nói là mọi người nằm ở dưới hầm ghe đều mừng. Khi ra đến cửa biển để gặp được ghe lớn, anh chỉ kịp nhìn thấy các em và thằng cháu bị họ tống xuống dưới hầm ghe lớn. Còn anh vì có Tú là con nhỏ, và còn phải viết ám hiệu để họ mang về lấy nốt số vàng còn lại nên được ngồi ở trên. Gọi là ở trên chứ nó chỉ giống như một phần gác xép mà thôi. Tuy nhiên được ngồi ở đây cũng là dễ thở rồi, vì còn cảm thấy được gió biển thổi vào và nhìn được những đợt sóng cao ngất ngưởng.

Sau khi thu xếp cho Tú ngồi yên trên sập của ghe lớn, anh đã đi tìm và hỏi thăm vài người xem có đi cùng ghe nhỏ với em không, nhưng chẳng ai biết gì cả. Tổng cộng có 4 chiếc ghe nhỏ đưa người ra. Đến lúc đó anh mới biết là ba mẹ con em không có mặt trong chiếc ghe lớn này. Anh không hiểu vì lý do tại sao. Tất cả vẫn còn là dấu hỏi trong đầu, nhưng không ai có thể trả lời cho anh biết được. Lúc đó đầu óc anh rất căng thẳng vì sau khi mọi người lên được ghe lớn, tài công bắt đầu chạy, mà tin tức của ba mẹ con em anh không biết ra sao!!!

Trái với sự tưởng tượng lúc trước khi ra đi, anh tưởng ghe lớn phải là lớn hơn những gì anh đã nhìn thấy, ai ngờ nó chỉ lớn hơn cái ghe chở mía lúc sáng nay thôi. Khi nhìn thấy nó anh đã thấy hỡi ôi! Nhưng đã ra đến đây rồi thì đâu có quay đầu lại được..

Tàu đi được khoảng gần một ngày, thì anh nghe những người ở dưới hầm nhốn nháo kêu là nước vô ghe nhiều quá nếu không có biện pháp ngăn chặn, tàu có lẽ sẽ bị chìm. Mà thật vậy ở bên trên hầm, thấy sóng cao hơn cả con tàu, gió thổi mạnh làm con tàu chao đảo. Những lớp sóng bạc đầu cứ ầm ầm kéo đến ai cũng thất kinh hồn vía. Có nhiều tiếng la hét cộng chung với những lời cầu nguyện. Anh phải giữ chặt tay Tú vì sợ con tàu chao đảo mỗi khi ngọn sóng dâng lên, nó sẽ bị văng xuống biển. Kể từ lúc lên ghe lớn, tính ra đã được một ngày, áng chừng là đã đi được khá xa, vì anh có nhìn thấy những con cá heo bơi theo gần với con tàu. Tội nghiệp Tú vừa đói vừa lạnh mà không khóc hay ca thán gì cả, vì từ khuya hôm qua cho đến hôm nay bố con anh không có gì vào bụng, kể cả nước uống cũng không có...

Nghe đến đây nước mắt tôi ứa ra. Nhìn xuống thằng con đang say sưa ngủ trong vòng tay của mình:

- Tội nghiệp con! Nó can đảm thật anh ạ.

- Ừ! Tội thằng này lắm.

Tàu đi được đến chiều tối thì người tài công nói tình trạng của chiếc ghe không chạy được nữa, thế là nó tấp vào một đảo cảnh trí rất đẹp, nước biển trong veo mà sau đó anh được biết đảo này tên gọi là Thổ Chu. Tại nơi đây ghe anh đã được những người dân làng tốt bụng mang khoai mì và khoai lang nướng đến tiếp tế. Họ biết ngay là tàu này đi vượt biên, và cho tụi anh biết rằng chỉ sáng ngày mai thôi, thế nào tàu Công An cũng sẽ đến bắt. Ai cũng chưng hửng và sợ hãi. Nhưng biết chạy đi đâu bây giờ.?

Thế là những người ở trên tàu nghe thấy vậy họ đã lén lút vứt hết vàng xuống biển để phi tang. Đứng ở trên nhìn xuống, anh thấy những lá vàng lấp lánh rơi xuống nước. Có những cái bị che lấp bởi những hòn đá ở dưới. Đúng như những gì người dân ở đảo nói. Trời mới vừa hừng sáng thì tàu Công An đã đến bắt hết mọi người. Riêng anh vì mình không mang vàng, nhưng lại cuộn tiền dollars làm giả như điếu thuốc lá rồi để lẫn lộn trong bao thuốc lá mà em đã đưa anh giữ. Anh thấy người ta vứt vàng đi vì sợ tụi công an khám xét trong người biết mình *có vàng hoặc tiền dollars là lòi ra đi vượt biên, nên cũng đã làm giống họ là thay vì vứt nó xuống biển thì anh vùi bao thuốc lá này xuống cát. Vì sợ vứt xuống biển nó sẽ nổi lềnh bềnh....*

Bất giác tôi buông tiếng thở dài:

- Hoài của! Bao thuốc lá dollars đó giá trị mấy cây vàng đó anh à.

- Anh biết, nhưng lúc đó anh không còn sự lựa chọn nào khác. Anh nghĩ chẳng thà vứt đi còn hơn là để tụi công an lấy mà chúng còn có bằng chứng để buộc tội mình.

BỊ TÙ

Tôi nhẹ gật đầu để tỏ sự đồng ý với anh. Nhưng trong thâm tâm tôi vẫn thấy xót xa vì bị mất của. Nhà tôi kể tiếp...

Buổi sáng tàu Công An Biên Phòng đến bắt, họ lùa mọi người lên một thuyền đánh cá của họ và chở về nhà giam Rạch Giá. Họ lấy danh sách và phân loại như sau: Phụ nữ và con nít giam chung. Đàn ông thanh niên đi độc thân thì bị giam vào nơi chật hẹp. Tuy nhiên đàn ông có con nhỏ được giam vào một chỗ rộng rãi hơn. Vì biết được như vậy nên anh đã dặn Tú là khi họ hỏi con đi với ai, con chỉ nói là đi với Ba mà thôi. Đừng nói là có cậu và có Dì đi chung nghe chưa. Con phải ghi nhớ lời Ba dặn, nếu không họ sẽ tách con với Ba không cho gặp nhau đâu. Hình như Tú hiểu được tầm quan trọng của lời khai lúc ấy như thế nào nên nó gật đầu tỏ sự hiểu biết mà không đưa ra một câu hỏi tại sao, như những đứa trẻ khác nên anh rất yên tâm.

Sau khi được phân loại để vào phòng giam, anh và Tú được họ đưa vào giam chung với những người đã bị giam lâu ở trong đó, nên phòng giam không bị chật chội như những phòng giam khác, điều này sau đó anh mới được biết. Đa số là những người ở phòng giam này bị tù vì chính trị. Mới ngày đầu nhập phòng, anh may mắn gặp được một người tù chính trị, lớn hơn anh vài tuổi, khi thấy anh bế Tú bước vào anh ấy khẽ hỏi:

- Có phải anh bị bắt về tội vượt biên không?

Anh gật đầu. Anh ấy nói:

- Còn tôi thuộc tù chính trị. Anh có con nhỏ, tối nay tôi sẽ nhường chỗ của tôi có mùng để cho bố con anh ngủ. Chứ nằm không có mùng cháu sẽ bị muỗi đốt chết.

Anh cảm động quá, chỉ xin cho Tú được nằm chung với anh ấy thôi, còn bản thân anh nằm bên ngoài không sao. Nhưng anh H L (người tù chính trị) nhất quyết là dành cái mùng đó cho bố con anh nằm. Anh không ngờ trên bước đường hoạn nạn anh còn gặp được quý nhân để giúp đỡ mình như vậy. Chưa hết, những ngày sau đó mỗi khi đi làm công tác ở khu nhà bếp nấu ăn, anh HL thường gói một miếng cơm cháy giắt bụng để mang về cho Tú. Ở được mấy ngày thì Tú bị muỗi đốt thành ghẻ. Em biết mà ở trong tù bẩn thỉu như vậy làm sao mà tránh được. Thấy nó gãi chân tay chảy máu mủ ra anh xót xa quá, nhưng cũng chẳng có thuốc để xức cho nó. Thế là mỗi sáng anh HL đều mang Tú ra cái giếng gần đó để tắm cho nó. Nhưng càng tắm thì lại càng bị nặng hơn. Vì ở khu đó chỉ có mỗi cái giếng đó vừa lấy nước ăn, uống vừa lấy nước đó tắm, kể cả nước sa thải từ trong nhà tắm rồi cũng chảy vào cái giếng này thì cũng như không.

Anh thấp thỏm mong từng ngày để báo tin cho gia đình biết là tụi anh đã bị bắt để ở nhà có gì còn biết để lo ra. Nhưng không có cách nào liên lạc được. Anh cũng không biết tụi chủ tàu có biết chuyến đi đã bị bể rồi không? Cũng không liên lạc được với các em, vì chúng nó bị giam khác phòng.

Hôm đầu tiên bị công an hỏi cung. Chúng hỏi anh đi đâu, có phải vượt biên không, Anh bịa chuyện là vợ chết, con ốm nên mang con đi bốc thuốc. Nó hỏi anh Trưởng Ấp của anh tên gì, anh đã không trả lời được. Vì cũng sơ xuất là khi chị Sáu đưa anh tờ giấy phép đi đường, có ghi tên Trưởng Ấp, nhưng lại không đọc, cứ vậy mà đút vào túi, vì mình không ngờ có chuyện bị bắt như bây giờ. Một thằng công an mặt non choẹt đã quát lên với anh:

- Đi bốc thuốc ở miệt vườn mà sao anh có quần bò (jean) để mặc?

Có phải đi vượt biên không? Nếu không thành khẩn khai báo thì còn lâu mới được về.

Anh vẫn cương quyết giữ đúng lời khai như vậy, vì nghĩ đã đến nước này rồi thì muốn ra sao thì ra. Anh thấy mình đã mất tất cả. Ba mẹ con em anh cũng không biết số phận ra sao. Anh và Tú thì bị đưa vào tù, tiền bạc mang theo mất hết. Còn gì nữa để mà phải sợ chúng nó. Anh quên chưa kể là sau khi lấy khẩu cung, chúng nó lục xét khắp người. Rất may trước đó anh đã tháo chiếc nhẫn cưới không biết cất ở đâu cho an toàn, thôi thì cứ nhét đại nó vào tận đáy túi quần jean ở phía trước rồi cầu xin Trời Phật cho chúng nó không tìm thấy để anh còn giữ được kỷ niệm của vợ chồng mình. Ấy vậy mà lời cầu nguyện của anh đã thành, sau đó khi vào trại giam, soát lại thấy chiếc nhẫn vẫn nằm sâu ở vị trí cũ. Thế mới biết quả là mầu nhiệm.

Anh hỏi tôi:

- Khi nào thì ở nhà biết tin tụi anh bị tù?

- Khoảng một tuần sau khi em về đến Saigon. Chị Sáu lên báo tin.

Ngả người vào thành ghế, Anh tiếp tục kể:

... Ở trong tù là cách biệt với bên ngoài. Anh muốn thông tin cho nhà biết, nhưng không tìm được cách nào. Anh có đi dò hỏi xem nếu có người nào trong trại giam được tha về thì sẽ nhờ nhắn về nhà, để tìm cách kéo anh ra. Hai nữa để Tú ở trong đó anh sợ nó bị bệnh vì vệ sinh rất bẩn, thức ăn thì không có mà ăn, ngày chỉ được có một bát bo bo trộn chung với khoai mì mà nấu còn chưa chín. Ghẻ lở thì đầy mình, nếu thằng con lớn của mình bị như vậy thì chắc nó đi tiên rồi. Thằng Tú nó chịu đựng giỏi lắm. Ở trong tù như vậy mà không bao giờ than khóc. Trong phòng toàn là người lớn, có nhiều hôm ngồi buồn, mấy anh tù lâu năm ở phòng anh cứ bảo Tú với một thằng bé khác lớn hơn Tú hai tuổi, chúng nó ra đấu đô vật để làm căn phòng thêm náo động. Đứa nào thắng thì được thêm một miếng đồ ăn. Vậy mà Tú nó cũng làm. Không phải vì miếng ăn mà vì nó thấy cuộc vật lộn này làm căn phòng thêm hào hứng. Mọi người vỗ tay cổ vũ, vì thế mà chúng nó thích.

Tôi nhăn mặt tỏ sự phản đối:

- Sao anh không can chúng nó. Để chúng nó vật lộn như vậy nhỡ xảy ra mà bị thương thì sao.

- Không sao, chỉ là vui thôi. Dù sao chúng nó cũng là trẻ con.

Ở được đến tuần thứ 4 thì vào một buổi sáng anh được họ kêu tên lên văn phòng trả lại cái túi xách và nói là được trả tự do. Anh mừng quá ôm lấy Tú nói cho nó biết là cha con mình sẽ được rời khỏi nơi đây. Khi ra đến phòng ngoài anh gặp lại tất cả các em kể cả những người đã đi chung con tàu với anh, thì biết đã có bàn tay của chủ tàu nhúng vào để lo cho cái đám này được ra. Chả thế mà họ đã đưa tiền để tụi anh đi xe đò về lại Saigon và ăn bữa cơm trưa.

Trước khi ra bến xe, anh có đi mua một số thực phẩm và vật dụng cần thiết để quay lại trại giam gửi vào cho anh HL. Người đi cùng ghe với anh đã can ngăn anh. Họ bảo đã ra khỏi tù rồi thì người ta kiêng không nên quay lại, dù với bất cứ lý do gì, vì sẽ vào tù nữa. Nhưng anh vẫn cứ làm để thể hiện lòng biết ơn anh ấy đã giúp đỡ hai bố con anh trong thời gian bị cầm tù. Anh cứ nghĩ nếu như Tú không được nằm trong mùng của anh HL đã hy sinh để cho ngủ thì nó còn bị muỗi cắn đến thế nào...

Tôi rơm rớm nước mắt khi nghĩ lại nếu buổi tối hôm ấy chú Sáu không cương quyết đuổi ba mẹ con tôi về thì đứa lớn và thằng út chưa biết chừng cũng sẽ bị bệnh nặng lắm. Vì cuộc sống trong tù thiếu thốn và khổ cực lại thêm bệnh hoạn như vậy làm sao những đứa nhỏ chịu đựng được. Thế mới biết trong cái rủi lại có cái may. Lúc rời ghe chú Sáu, tôi đã nghĩ ba mẹ con đã không được may mắn. Nay sự việc diễn tiến như vậy thì cái không may mắn đã trở thành cái may mắn cho tôi. Ôi! Ở đời chuyện may rủi thật khó mà lường trước được.

Đến lúc này tôi mới cho anh biết là ở nhà phải đóng thêm cho mỗi người một cây vàng để chủ tàu lo lót công an. Chuyện mất thêm tiền tuy cũng xót, nhưng chuyện bố con anh và các em được về nhà mới là quan trọng. Sau khi kể hết về những nỗi truân chuyên đói khổ ở trong tù, anh kể thêm cho tôi nghe về những gì anh đã được mục kích ở trên biển.

Anh hỏi tôi:

- Em còn nhớ anh dặn em mang theo cái kính mát cho anh không? Vì anh tưởng lên được ghe lớn, là có boong tàu, có giường tầng cho mình nằm. Ai dè, đó chỉ là cái ghe lớn hơn ghe chở mía mà bọn anh đã đi từ sông Rạch Giá mà thôi, thế mà chủ tàu lèn đến 126 người.

Khi ghe lớn của anh ra đến gần hải phận quốc tế, anh nghĩ vậy, thì sóng đánh mạnh lắm, có những lúc con tàu bị đưa lên cao và sau đó thì ngụp sâu dưới nước. Anh nghĩ nếu không bị bắt thì chắc cũng phải bỏ thây trên biển cả....

Anh bảo việc tôi bị chủ tàu đuổi về âu cũng là cái phước lớn, vì thế mà tôi và hai con đã không bị cầm tù. Vì cuộc sống ở trong tù rất là đói khổ, bẩn thỉu và ngạt thở. Nếu thằng con lớn của chúng tôi mà bị tù như thằng em nó thì chắc nó đã chết ở trong tù rồi.

Ngày rời gia đình chúng tôi có 9 người kể cả người lớn và con nít. Bây giờ về được đến nhà chỉ thiếu có em trai tôi chưa được thả về. Chúng tôi có liên lạc với chị Sáu để hỏi về tình trạng của em, nhưng chị Sáu bảo vì nó bị giam riêng với nhóm thanh niên trai tráng, mà nhóm này phải đi lao động hàng ngày vì thế mà chưa lo được. Tính ra cậu em đã ở trong tù hơn 2 tháng, tức là lâu hơn nhà tôi đến vài tuần. Tội nghiệp em còn đang tuổi học và tuổi chơi, quen sống vào sự bảo bọc của gia đình, bây giờ bị tù như vậy chắc là nó sợ hãi và khổ sở lắm. Năm ấy em chỉ mới 14 tuổi Mẹ tôi rất thương xót, cầu khẩn hàng ngày, thậm chí còn đi coi bói xem khi nào thì nó được thả về...

Cho đến một hôm, cũng vào buổi tối sau giờ cơm chiều, lúc ấy cửa tiệm của Mẹ chưa đóng cửa, một người còn ở vị thành niên đầu đội mũ vải che sùm sụp xuống mặt, bước nhanh vào và bảo:

- Cho tôi mua một cái túi xách.

Vừa nói tay cậu vừa chỉ lên cái túi, chị lớn của tôi khi lấy được cái túi xách đó để đưa cho người mua hàng, thì chị rú lên khi nhận ra em trai:

- Mẹ ơi! Thằng Huyếch về rồi..

Đây là tên gọi ở nhà của em. Nó bình thường hay kể chuyện tiếu lâm hoặc làm trò để cho mẹ và các chị cười. Hôm nay được tha về như thế này nó biết là cả nhà sẽ vui mừng lắm. Nhất là Mẹ, vì nó là con trai út của bà. Cả nhà tôi vui như Tết vì thấy em đã được về. Như vậy các con, các cháu đã được về đông đủ là mừng lắm rồi.

TRỐN TRÁNH

Niềm vui chưa cạn thì chúng tôi lại phải đối diện với cái lo khác. Số là sau khi gặp và được cho biết nhà tôi đã bỏ nhà đi theo tình nhân mới. Cơ quan của anh nói tôi là khuyên anh quay lại làm việc, vì ở sở cần anh và họ có đưa cho tôi tờ giấy của chính ông thủ trưởng ký giấy kêu gọi nhà tôi quay về làm việc mà không bị sự khiển trách nào hết. Nhưng ông anh chồng đã khuyên nhà tôi là đừng tin những gì họ nói. Vì ngoài mặt họ cứ giả vờ tin là nhà tôi bỏ sở vì vợ chồng tôi cãi nhau, nhưng trong sâu thẳm, họ đã nghĩ là nhà tôi đi vượt biên.

Trong thời gian này cả hai bên đại gia đình tôi sống rất căng thẳng. Những đứa em vì nghỉ học đã khá lâu sau những ngày bị cầm tù đều bị nhà trường từ chối thâu nhận lại, nên thường hay bị tổ dân phố kêu đi làm thuỷ lợi. Mẹ tôi phải bỏ thêm một số tiền để đăng ký mở một hợp tác xã làm mì sợi cho các chị em vào đó để làm. Chưa hết các em còn phải đi nhận thêm những mảnh trúc về để ngồi xâu vào với nhau thành những bức mành trúc để nhà nước mang đi xuất khẩu. Công việc này cũng làm những ngón tay của các em sưng tấy lên.

Nhà tôi tuy đã được ra tù, nhưng lại bị những cán bộ

trong cơ quan làm việc gây khó dễ, nên cứ phải lẩn tránh. Khi thì anh ở Ngoại, khi thì ở Nội và có vài lần anh phải về Long Khánh là khu kinh tế mới của người anh chồng. Còn căn nhà riêng của vợ chồng tôi đã bị tụi trên phường niêm phong để sung vào nhà nước sử dụng.

Chị Sáu có ghé qua nhà bố mẹ tôi để cho biết là sẽ có chuyến đi vượt biên nữa để làm lại cho chuyến đã bị bể của lần vừa qua, vì vàng của khách đi, chủ tàu đã nhận hết rồi. Họ sẽ không trả lại cho khách, nhưng họ sẽ tiếp tục tổ chức chuyến đi khác.

Khi được thông báo tin này, anh cương quyết là không muốn đi vượt biên nữa. Lý do như đã nói ở trên, anh sợ phải bị tù, thứ hai anh thấy đi như vậy rất nguy hiểm. Trải qua lần đi vừa rồi, anh đã nhìn thấy sự sống của con người như chỉ mành treo chuông. Chỉ vì lúc chưa đi thì mình không biết, nhưng bây giờ đã biết rõ sự nguy hiểm rồi thì anh sẽ không để vợ chồng con cái ra đi nữa đâu.

Anh thấy chuyến đi vừa rồi gặp phải thằng tài công B2, (tiếng lóng có nghĩa là thằng tài công nằm vùng của tụi công an), mà chuyến đi của tụi anh bị bắt, tuy bị ở tù, nhưng còn sống đầy đủ không ai bị thiệt mạng cũng là cái may rồi. Không biết nếu cứ lệnh đệnh trên biển để tiếp tục đi thì mọi người trên tàu có còn sống sót với những cơn phong ba bão táp trên con thuyền mong manh như vậy hay không? Anh nhìn tôi rồi đưa tay vuốt tóc Tú:

- ... Hai nữa điều anh thấy thật đau lòng là các con mình còn nhỏ quá, chúng nó không biết gì mà mình lại tha lôi chúng đi vào chỗ chết như vậy thật là tội nghiệp....

Tôi gạt nước mắt chống chế một cách yếu ớt:

- Nhưng tình trạng của anh bây giờ đã phóng lao phải theo lao thôi. Anh đâu còn được tự do sống với gia đình như trước nữa. Lúc nào cũng phải lẩn tránh tụi công an, và phải lẩn tránh đến bao giờ?

Anh ngao ngán nhìn tôi lắc đầu. Trong ánh mắt anh tôi đã thấy được niềm tuyệt vọng.

Sau mấy ngày chờ đợi, không thấy trả lời, chị Sáu đã đến tìm tôi hỏi về tình trạng của anh. Tôi có than với chị Sáu là anh tuy không phải trong diện quân đội để phải đi học tập, nhưng sau lần đi bị bể vừa rồi, anh cứ phải lẩn tránh tụi công an trong sở cũng như ở tổ dân phố nên vất vả quá. Chị Sáu nói tôi nên thuyết phục anh phải ra đi, vì anh không còn sự lựa chọn nào khác nữa. Nếu anh sợ cho tụi nhỏ nguy hiểm thì lần này anh chỉ đi một mình thôi. Chứ ở lại cũng không sống được gần với vợ con thì kể cũng như không. Chị còn cho biết là hầu hết những người khách đi chuyến vừa rồi, họ đều đồng ý đi lại chuyến này, và để lấy kinh nghiệm của chuyến trước, lần này chú Sáu sẽ cẩn thận hơn khi chọn tài công.

Tôi đã bàn lại với nhà tôi và năn nỉ anh nên ra đi để chấm dứt tình trạng lẩn trốn và có tương lai hơn. Còn tôi và 3 đứa con sẽ ở lại. Dù có nói đến cỡ nào, nhưng anh vẫn cương quyết. Anh bảo:

-Câu nói: "Nhất nhật tại tù, thiên thu tại ngoại" bây giờ anh mới hiểu và cảm nhận được bằng sự kinh nghiệm của mình. Cuộc sống trong tù ngoài sự đói khổ thì không nói làm gì, đằng này lòng tự trọng và danh dự của con người đã bị những thằng công an vô học, mù chữ ra oai nạt nộ mình, điều này đã làm anh rất khó chịu và không thể chấp nhận được. Vì thế bằng mọi giá anh không để bị ở tù thêm một lần nữa.

Chuyện ra đi hay ở lại của chúng tôi hoàn toàn đi vào bế tắc. Sau nhiều đêm suy nghĩ tôi chợt nhớ đến tờ giấy mà người quản lý cơ quan nơi anh làm đã ký giấy xác nhận là họ sẽ không làm khó dễ khi anh quay trở lại. Anh dặn tôi là tìm cách liên lạc với người bí thư của cơ quan, người này xem ra có cảm tình với anh và có thể cho anh biết tin chính xác hơn. Tôi đã đến tận sở của anh, giả vờ để hỏi xem nhà tôi đã đi làm lại chưa mà vẫn chưa thấy về nhà. Nhân tiện xin gặp người này và được cô ta dặn dò:

- Chị về nói với anh bằng mọi giá đừng quay trở lại cơ quan nữa. Vì có tin là   người muốn giúp anh ấy "hữu tâm vô lực". Ông ta không thể làm gì khác hơn được. Một khi anh ấy vào sở thì sẽ bị tụi công an bắt ngay đấy. Vì ai cũng cho là chồng chị đi vượt biên.

Tôi đã khóc khi thấy anh không còn sự lựa chọn nào khác ngoài sự ra đi. Thấy tôi khóc, người bí thư lại tưởng lầm là tôi đau khổ vì bị chồng bỏ rơi. Tôi cố chống chế vớt vát cho anh và cũng để vở kịch được kết thúc:

- Mọi người nghĩ như vậy thì thật là oan cho chồng tôi. Mặc dù sự bỏ nhà ra đi của anh đã làm tôi vô cùng đau khổ.

Tin tức của người bí thư này cũng là sự quyết định mà anh không còn sự lựa chọn nào khác. Quả thật trong cái rủi lại có cái may. Khi thấy mình không còn lối thoát, anh đành phải đồng ý chấp nhận ra đi một mình.

Tôi báo tin cho chị Sáu biết là anh đồng ý ra đi. Đó là những ngày cuối năm của 1978. Noel năm ấy là Noel cuối cùng anh đã được cùng với mấy mẹ con tôi ở bên nhau. Chị Sáu dặn là đến ngày mùng 4 tháng Giêng thì sẽ có người đón anh cũng ở góc trường đua Phú Thọ.

Mẹ tôi đã đi coi bói để xem chuyến đi lần này có khả quan không. Thày bói là một ông khiếm thị, ông ta chỉ dùng vài đồng tiền để gieo quẻ và cứ sờ bề mặt của đồng tiền rồi đoán. Muốn chính xác thì khách phải nhớ thật rõ ngày sinh tháng đẻ của mình. Khi quẻ gieo xuống, ông cho biết là chuyến đi này "tiền hung hậu kiết" có nghĩa là lúc ban đầu thì có gặp trục trặc, nhưng sau đó thì mọi việc sẽ êm xuôi. Mẹ tôi hỏi thêm là anh nên đi một mình hay đi cùng với một vài thân nhân khác, thì ông ta cho biết căn cứ theo quẻ này thì anh chỉ nên đi một mình thôi.

Không biết là việc tôi quyết định ở lại và chỉ để mình anh ra đi là đúng hay sai. Tôi đã tự hỏi lòng mình nhiều lần là sự hy sinh của tôi có đúng hay không, hay đó lại là chính mình đã đưa anh vào cõi chết? Hoặc nếu sự ra đi của anh có thành công thì liệu anh có còn nghĩ đến tình nghĩa phu thê, đến những đứa con mà sau này khi lớn lên chúng sẽ không thấy có cha ở bên cạnh? Bởi lần đi này biết có còn gặp lại nhau ở tương lai nữa hay không? Ở đời làm sao học được chữ ngờ. Tôi thật sự tin ở anh. Nhưng đàn ông mà phải sống lủi thủi một mình thì có ai dám chắc được điều gì sẽ không xảy ra?

Lòng tôi rối như tơ vò. Nhưng rốt cuộc thì tình yêu cho anh đã chiến thắng. Tôi đã nhủ lòng chấp nhận hy sinh nếu như sau này anh có miên viễn ra đi, hay thay lòng đổi dạ thì đó là vì duyên phận của tôi và anh đã an bài như vậy. Tôi không tin vào bói toán, nhưng lại rất tin vào số phận con người, điều mà trong Đạo Phật gọi là Nghiệp.

Cuộc đời tôi từ lúc lớn lên cho đến khi lập gia đình, nổi trôi theo vận nước, mọi sự việc xảy ra đều có nguyên do của nó. Việc tôi bị người chủ tàu đuổi về không cho theo đi cũng vì vậy đã giúp tôi tránh khỏi vào tù, bởi nếu không có bàn tay định mệnh sắp đặt thì có thể tôi đã bị mất đi một đứa con cũng chưa biết chừng. Cứ nghĩ như thế tôi thấy lòng thanh thản và thấy sự quyết định của mình đã để sự lợi lạc cho người khác lên trên hết là điều đáng làm.

RA ĐI LẦN THỨ HAI

Ngày anh ra đi, tôi nhớ rất rõ là sáng ngày 4 tháng 1 năm 1979. Chúng tôi thức dậy lúc ấy trời còn tối mù. Có mùi hương trầm thoang thoảng và có tiếng thì thầm nói chuyện ở dưới nhà. Thì ra bố mẹ chồng tôi cũng đã thức dậy, thắp hương trên bàn thờ để cầu xin cho chuyến đi được an lành. Sau khi ra lễ ở bàn thờ, anh đã ngồi uống trà với ông cụ. Hai bố con ngồi im lặng bên nhau, nhưng xem ra đã nói với nhau được muôn điều cần nói. Mãi đến 30 năm sau, nhà tôi mới khám phá ra một điều là cái tàn thuốc lá và nửa điếu thuốc còn lại mà lúc ấy anh đã ngồi uống trà, hút thuốc với ông cụ, đã được bố chồng tôi cẩn thận gói ghém cất đi để giữ làm kỷ niệm. Cái giây phút ông đã được ngồi cạnh đứa con trai út trong giờ phút phân ly mà lành ít dữ nhiều...

Khi anh đứng dậy để dắt chiếc xe đạp ra cổng, ông cụ đã nắm lấy tay con trai khẩn khoản:

- Để Thầy đi cùng với anh một đoạn..

Nhà tôi cúi mặt giấu dòng nước mắt, nói trong xúc động:

- Con nghĩ không tiện đâu. Cứ để con đi tự nhiên giống như đi làm, để tránh tai mắt tụi công an.

Cánh cổng nhà sau lưng tôi vẫn chưa được đóng lại, vì ông cụ vẫn đứng ôm lấy nó và nghiêng người dõi mắt nhìn theo hai đứa chúng tôi.

Chở nhau trên chiếc xe đạp để ra điểm hẹn. Ngồi đằng sau anh, ôm cái túi bay là vật mà sẽ được theo anh kể từ giây phút này, nước mắt tôi lưng tròng, nhưng không dám khóc, vì sợ anh thêm buồn. Chỉ khi đạp xe trở về một mình, tôi đã để nước mắt tự do tuôn rơi. Tôi biết từ nay chúng tôi sẽ không còn gặp được nhau nữa, cho dù chuyến đi của anh có thành công đi chăng nữa, nhưng thế giới bao la làm sao chúng tôi có thể gặp được nhau?

Tôi không ngờ cuộc đời mình bỗng chốc lại thành đơn côi như vậy. Lược lại từ ngày đầu dấn thân vào chuyện vượt biên cho đến hôm nay. Tất cả đã xảy ra nhanh quá, nhanh đến nỗi mà tôi không biết vị trí mình đang ở nơi đâu. Có phải đây là giấc mơ hay không, tôi cứ tự hỏi lòng như vậy. Bỗng nhiên tôi thấy thấm thía cái đau của những người vợ có chồng đi học tập cải tạo. Thì ra chỉ những khi nào mình ở trong hoàn cảnh của họ thì mới thấu hiểu được thôi. Ôi! Vận nước điêu linh của một dân tộc, đã tác hại đến cho mỗi một con người, kể cả những đứa trẻ vừa mới ra đời hay đã trưởng thành, đều mang chung một vết thương là đã thiếu cha hoặc mất mẹ, vợ xa chồng, và bố mẹ xa con....

Về đến nhà nhìn cái tủ quần áo đầy ắp hình ảnh của anh, giường gối chăn màn còn hơi hướm của anh, tôi không thể nào chịu đựng được. Tôi như người mất hồn, ngồi đâu chỉ muốn ngồi một chỗ để tâm tư được lắng đọng về anh. Nhưng thực tế đã không cho tôi làm như vậy, khi các con còn cần đến sự quan tâm của tôi. Cũng may được hai bên gia đình Nội Ngoại giúp đỡ. Mẹ tôi vì thương con nên muốn tôi về ở hẳn bên Ngoại để có gì Mẹ và các chị em sẽ phụ để lo cho tụi nhỏ. Nhưng tôi xin mẹ cho tôi được về sống bên Nội vì ở đó tôi vẫn có thể nhìn thấy hình ảnh của anh hơn.

Phải thuyết phục mãi, Mẹ đã chiều ý và muốn cứ sáng ra thì tôi dắt hai con đến nhà Ngoại, để lại đứa con lớn ở với Nội, và đến tối thì lại về bên Nội. Sở dĩ tôi phải đi đi về về giữa hai bên Nội, Ngoại là để tránh phải đi thuỷ lợi. Và biết đâu sau này nếu tôi có ý định vượt biên thì tụi công an khu vực cũng không để ý đến sự vắng mặt của tôi bất kỳ là ở bên nào.

Trong những ngày chờ đợi tin tức của anh, tôi như người ngồi trên đống lửa. Bố ruột và bố chồng tôi vẫn hằng đêm ôm theo chiếc radio vào giường ngủ để nằm nghe tin tức của đài VOA. Thỉnh thoảng tôi có chạy đến nhà Dì Tư là người của chị Sáu để hỏi thăm, vì được biết là Dì Tư cũng có gửi thân nhân đi cùng chuyến với nhà tôi, nhưng đã hơn một tuần rồi mà chưa thấy động tĩnh gì hết. Thời gian này là sắp sửa Tết Nguyên Đán nên sự sinh hoạt mua bán của hai bên hàng phố có phần náo nhiệt hơn.

Mỗi buổi sáng mang hai con về nhà Ngoại, tôi ngồi lỳ ở cửa tiệm để mong đợi tin tức của chị Sáu mang đến. Cứ mỗi ngày qua đi lòng tôi lại thêm nặng trĩu những băn khoăn, khắc khoải. Quả thật chẳng có gì giày xéo bằng những cảm giác như thế này....

Rồi cho đến một hôm chị Sáu cũng đã đến cho hay là chuyến đi đã thoát, vì không thấy đám tay chân bộ hạ của chị báo cáo là bị bắt. Mà không bị bắt thì có nghĩa là đã thoát, nhưng thoát được cánh công an có chắc là đã thoát chết được trên biển cả mênh mông hay không? Bởi tôi đã được nghe anh kể những sự nguy hiểm sóng to gió lớn ở lần đầu tiên anh đi. Mỗi đêm trước khi đi ngủ tôi đều thắp hương ra tận ban công để khấn xin Trời Phật phù hộ cho chuyến đi của anh được thuận buồm xuôi gió, được tai qua nạn khỏi.

Vào một buổi trưa khi đang ngồi ru thằng con ngủ, người đưa thư đã gọi lớn tên để ra nhận thư. Tôi thấy phong bì mỏng dính không phải là một lá thư có ruột của nó. Vội vàng mở ra xem thì ra đó là một bức điện tín của anh đánh về nguyên văn như sau:

- *"Đã gặp bác Thái, đừng mang con đi bơi".*

Tôi mừng quýnh, đánh thức bố mẹ đang nghỉ trưa và chạy như bay về Nội để báo tin vui. Cả hai bên gia đình đều như trút được sự đè nặng tâm tư của những ngày lo lắng vừa qua. Bức điện tín cho biết là anh đã gặp bác Thái có nghĩa là anh đã đến được nước Thailand, và bảo tôi đừng mang con đi bơi, ý của anh là tôi không nên mang con đi vượt biên sao?

QUYẾT ĐỊNH

Khi niềm vui đã được bộc lộ và niềm lo lắng về sự an nguy của anh đã không còn nữa, tôi lại nghĩ đến sự chia xa giữa anh và bốn mẹ con tôi. Từ nay làm cách nào tôi có thể gặp lại được anh khi hai người ở hai phương trời như thế.

Tôi có người bạn gái có chồng đi học tập cải tạo tính đến ngày ấy đã gần 5 năm mà vẫn chưa được về. Cảm thương cho bạn vì đã vắng bóng chồng trong ngần ấy năm, nên thỉnh thoảng trên đường bế con đến nhà Ngoại, tôi hay ghé thăm để an ủi và chia sẻ sự đơn côi với bạn phải một mình gồng gánh nuôi con lại còn phải lo tiếp tế cho chồng.

Bây giờ nhà tôi ra đi, có nghĩa là anh sẽ vĩnh viễn không được gặp mẹ con tôi nữa. So sánh hai hoàn cảnh của tôi và của bạn, tôi bỗng cảm thấy thương thân mình hơn. Vì dù chồng của bạn đang bị cầm tù, nhưng ít ra chị ấy cũng còn được gặp mặt chồng trong những lần được đi thăm nuôi. Còn tôi, biết đến bao giờ tôi mới được gặp lại chồng? Cứ nghĩ thế tôi thấy đời không còn ý nghĩa để sống nữa, mặc dù bên cạnh có hai bên đại gia đình Nội Ngoại rất mực thương yêu. Nhưng sâu thẳm trong tâm hồn, tôi vẫn thấy mình bơ vơ lạc lõng... Lúc đó không có ai biết được rằng sẽ có mục bảo lãnh cho vợ chồng con cái của người tỵ nạn được đi đoàn tụ, nên việc tôi và các con ở lại chắc chắn sẽ là mãi mãi mà thôi. Thế là từ hôm ấy tôi đã nhem nhúm sự quyết chí ra đi.....

Tôi trở lại nhà dì Tư để liên lạc với chị Sáu, nhưng không phải lúc nào chị Sáu cũng có mặt ở Saigon, nên cứ vài hôm lại đạp xe đến nơi này để xem coi vợ chồng chú Sáu có tổ chức thêm chuyến đi nào không. Tôi mang ý định này tâm sự với người chị thứ hai. Ban đầu chị ngăn cản vì thấy các cháu còn nhỏ, lại thêm nghe được những sự nguy hiểm ở trên biển mà các em đã được nếm trải. Chị khuyên tôi nên bỏ ý định liều lĩnh này, và ráng đợi xem tình hình của nhà tôi khi đã được định cư ở nước thứ ba xem thế nào. Còn tôi cứ ở lại nuôi dạy các con với sự hỗ trợ của hai bên gia đình. Đó là cách nhìn của những người không ở trong cuộc.

Từ hồi lập gia đình, vợ chồng tôi chưa hề xa nhau đến một ngày, ngoại trừ những thời gian anh phải lánh mặt tụi công an ở lần đi thứ nhất bị bể, mà bây giờ phải cách mặt xa lòng như vậy, không biết là có còn được gặp lại ở tương lai nữa không. Tôi biết cả hai chúng tôi cũng sẽ đau khổ vô cùng.

Trong số những khách đi cùng ở chuyến đầu tiên, có một vài người mà tôi đã gặp trong chuyến đi từ Saigon xuống Rạch Giá thì họ vẫn còn ở lại, bởi vì chuyến nhà tôi vừa đi thoát đã đông người, nên chị Sáu đã không cho những người này biết. Khi được biết là nhà tôi đã thoát thì họ đã xin chị Sáu cho họ đi ở chuyến sắp tới, tức là chuyến tôi sẽ đi, như vậy là tôi có thêm đồng minh cùng ý nguyện.

Khi thấy tôi vẫn nuôi ý định muốn đi, bố mẹ hai bên lại lo sốt vó. Cũng may trong thời gian này, những con cái của các gia đình sống ở phố tôi, phần lớn ra đi đều trót lọt. Còn nói gì đến những chuyến đi có tổ chức của người Việt gốc Hoa, được nhà nước đồng ý cho họ đăng ký ra đi rất tập nập. Cứ cách vài hôm lại có tin tàu này thoát, tàu kia đã cặp bến bình an.

Ở cửa tiệm của mẹ, hôm nào cũng có khách, mua hàng thì ít mà kể chuyện thì nhiều. Tôi cũng được nghe những câu chuyện của các ông các bà kể. Người thì con đã được Cao Uỷ Liên Hiệp Quốc phỏng vấn, người thì đã có danh sách được đi định cư ở nước thứ ba, người thì đã liên lạc được với chồng ở những nước mà chồng của họ đã được định cư từ ngày di tản.. Ôi thôi! Đủ mọi tin tức mà phần lớn đều là những tin vui. Chỉ có một lần được nghe tin là thuyền của một nhóm người ra đi, bị mắc cạn và tất cả những người trên thuyền đều nhất tâm cầu nguyện, thế mà bỗng dưng nước lũ ở đâu đổ về và chiếc thuyền đã lại tiếp tục ra đi....

Chính nhờ vào những câu chuyện này mà bố mẹ tôi cũng bớt lo nếu một khi tôi nhất quyết ra đi (tôi nghĩ thế). Trong thời gian này tôi vẫn một mặt liên lạc với chị Sáu và một mặt phủ dụ gia đình. Bố mẹ chồng khi biết được tin tôi sẽ mang các con đi vượt biên nữa, ông bà đã ngăn cản hết mực.

Tôi đã mang những câu chuyện có tính cách lạc quan mà đã được nghe ở trên, kể lại với gia đình bên chồng, nhưng không đủ sức để thuyết phục ông bà, và cuối cùng thì bố chồng tôi đã sang nhà thông gia để nói chuyện là phải ngăn cản đừng để tôi mang con đi, và nếu tôi muốn đi thì chỉ đi một mình, còn tụi nhỏ để lại cho hai bên Nội Ngoại chia nhau ra giữ. Nhưng làm sao có thể ra đi một mình mà bỏ con lại được chứ. Đến nước này chắc tôi phải đầu hàng thôi và phải ép lòng ở lại rồi tương lai sẽ ra sao thì ra.

Đang bế tắc với những ý nghĩ trong đầu, chưa biết phải quyết định ra sao thì nhận được thư của anh viết từ trại tỵ nạn Songkla. Thế là tôi nhất quyết phải ra đi cho dù sự nguy hiểm đến cỡ nào. Cùng lúc này lại được chị Sáu cho biết là em ruột chú Sáu cũng sẽ đi ở chuyến này và thêm hai người cháu của Dì Tư cũng được gửi đi theo. Bố mẹ tôi thấy chuyến đi này đều là người nhà của chú Sáu, và thấy tôi cương quyết ra đi nên bố mẹ tôi có vẻ yên lòng, đã cho các đứa em theo y như chuyến đầu tiên vậy. Nhưng kỳ này chỉ có một em gái đi theo cùng em trai và đứa cháu. Khi thưa chuyện này với bố mẹ chồng thì tôi nhận được sự ủng hộ của mẹ chồng, bà nói với bố chồng tôi:

- Thôi ông cứ để cho cô ấy dắt các con cô ấy theo. Chứ sang bên đó gặp anh ấy mà không có tụi nhỏ thì mệt với anh ấy lắm...

- Nhưng anh ấy đã đánh điện tín là không được mang tụi nhỏ theo, bà nhớ không?

Rồi quay sang tôi ông dằn giọng:

- Chị có biết là chị mang con vào chỗ chết không? Tội nghiệp chúng nó còn nhỏ quá đâu đã biết gì...

Tôi ôm mặt khóc mà không biết nói gì để biện minh cho lý do chính đáng của mình ra đi. Nếu có chăng thì đó là vì tương lai của các con tôi, cũng như của bao người dân miền Nam đã bị tước đoạt quyền tự do và dân chủ.

Mộng Thường

Bố chồng tôi vì sợ dẫn đến cái chết cho các cháu nên ông ngăn cản. Ông cho rằng thà ở lại dù đói khổ thế nào nhưng miễn là còn sống được người là quý rồi.

Tết năm ấy cả hai gia đình Nội Ngoại đã ăn một cái Tết không vui dù rằng đã nhận được tin nhà tôi thoát. Nhưng lại vấp đến việc tôi sẽ mang các con đi vượt biên nên ai cũng đều lo lắng. Hàng năm cứ gần đến Tết mẹ tôi hay nấu bánh chưng. Nhưng riêng năm nay mẹ chẳng còn lòng dạ nào mà bày ra nữa. Mỗi khi được ở gần mẹ thì bà thường dặn dò:

- Mẹ cho các em đi cùng với chị, vì mẹ tin rằng chị đủ khôn ngoan để dẫn dắt các em. Khi sang được bên đó anh chị hãy thay bố mẹ mà chăm sóc các em. Anh chị em nhớ phải thương yêu nhau khi sống nơi đất khách quê người.

Tôi trấn an mẹ:

- Mẹ đừng lo. Khi đã tin tưởng ở con như thế con sẽ hết lòng, và nhớ lời mẹ dặn.

Rồi tôi nói thêm để mẹ hiểu được những ý nghĩ trong đầu:

- Chưa biết chừng các em lại còn phải phụ giúp với con để lo cho mấy đứa nhỏ. Mẹ biết đấy từ ngày con lập gia đình và có tụi nhỏ, con đều nhờ ở Mẹ và các chị em chăm sóc chúng nó. Bây giờ rời xa mái ấm gia đình một thân một mình lo bươn chải, con sợ không kham nổi. Có các em bên cạnh cũng giúp đỡ con được nhiều việc lắm mẹ à. Như thế làm sao mà không yêu thương nhau được. Chị ngã thì em nâng....

Mẹ xem ra có vẻ yên tâm. Đây là điều mà sau này tôi

mới thấy đó là lần cuối cùng đã làm cho mẹ sung sướng khi thấy các chị em chúng tôi đã đồng lòng thực hiện đúng như lời dặn dò của mẹ. Cả tôi và Mẹ không ngờ đó cũng là lần cuối hai mẹ con còn được thủ thỉ bên nhau.

Thấm thoắt đã sắp đến ngày khởi hành. Kỳ này đi chúng tôi không cần phải giắt vàng mang theo để chồng cho chủ tàu, vì phần đóng của hai đứa em và thằng cháu họ vẫn còn giữ, chỉ có phần của tôi và 3 đứa nhỏ mới là chưa đưa. Nhưng vì đã là chỗ quen biết nên khi nào lên đến ghe lớn và viết mật mã về thì ở nhà bố mẹ tôi sẽ giao vàng cho chị Sáu. Bố tôi đã cho tôi câu mật mã như sau:

Vinh Quy Bái Tổ.

SỰ LỰA CHỌN

Không phải là những gì mình hoạch định thì sẽ diễn tiến hoặc xảy ra theo ý của mình. "Mưu sự tại nhân, thành sự tại thiên " thật là đúng với trường hợp của tôi. Đó là trước hôm khởi hành thì đứa con lớn bị ốm. Nó bị sốt li bì. Tôi đã đưa con đi bác sỹ và uống thuốc giảm sốt, nhưng chỉ được vài tiếng thì cơn sốt lại tăng lên, cứ đến buổi chiều thì nó lại sốt nặng. Qua buổi chiều hôm sau là ngày tôi phải lên đường, sau bữa cơm chiều nó vẫn chưa thuyên giảm mà tôi lại phải buộc lòng ra đi như đã hẹn, nên bố chồng tôi đã cương quyết giữ thằng nhỏ lại vì nó đang bị ốm.

Nhìn con nằm thiêm thiếp, biết là không còn cách nào để mang nó theo được. Nếu như tôi cãi lời gia đình mà cứ cố mang con theo, chỉ sợ bệnh nó sẽ nặng trên đường đi trốn mà hại đến sinh mạng nó, nên tôi đành bấm bụng gạt nước mắt ra đi, vì không còn sự lựa chọn nào khác. Tôi bế thằng út, tay kia dắt thằng thứ nhì, y như những buổi sáng đi sang Ngoại. Nhưng lần này trong lòng tôi lại dậy lên tình thương hai đứa con nhỏ theo tôi. Bởi tôi biết chúng sẽ phải đối diện với những sự khổ cực và hiểm nguy không thể nào lường trước được. Nghĩ như thế, nước mắt tôi giàn giụa....

Phải ghé qua nhà Ngoại, để đón hai em và thằng cháu đi cùng. Khi thấy đứa con lớn không theo được, Bố Mẹ và các anh chị em đã an ủi tôi bằng cách nhắc lại cho tôi nhớ đến lời giải tử vi của nó là phải đến năm 12 tuổi, nó mới được sống cùng với bố mẹ, còn ngược lại thì nó sẽ hay bị đau yếu và có khi còn nguy đến tính mạng.

Thật tình tôi không tin bói toán, nhưng về tử vi nếu mình nhớ chính xác ngày, giờ và năm sinh thì cuộc đời của mỗi người trong lá số tử vi đều như là một bản vi tính đã giải sẵn cho người đó. Hèn chi ngay từ lúc nó còn nhỏ, mặc dù vợ chồng tôi có mướn người làm để phụ giúp chăm sóc con trai, nhưng tất cả đều do một tay người chị chồng chăm lo cho cháu. Rồi bây giờ đến chuyện chạy trốn ra đi, cũng lại rơi vào những tình huống mà như thế phải tách rời nó với bố mẹ. Xem vậy mà lại ứng vào cái số tử vi của đứa con lớn để mọi chuyện xảy ra y như có bàn tay tạo hoá sắp đặt vậy.

Tôi không còn sự lựa chọn nào khác mà phải tiếp tục đi tiếp những gì còn đang ở trước mặt. Buổi tối hôm ấy ba mẹ con và thằng cháu cùng hai đứa em đã phải ngủ lại nhà Dì Tư, để sáng sớm hôm sau chúng tôi sẽ lên đường đi Rạch Giá. Vào thời điểm này vụ lụt ở miền Tây đã chấm dứt nên chỉ đến chiều là chúng tôi đã có mặt tại nhà một người thân của chị Sáu. Tại đây tôi được biết là chủ nhà cũng có thằng con trai đã đi cùng chuyến vừa rồi với nhà tôi và đã được nhập trại tỵ nạn Songkla.

Ngủ tại nhà Phát một đêm, sáng sớm hôm sau khi thức dậy pha sữa cho đứa con út, tôi đã cẩn thận kiểm soát lại ở đáy của bình thuỷ vẫn có số vàng mà mẹ tôi đã cho mang theo để làm lộ phí sau này khi đã đến được trại tỵ nạn. Mẹ đã cẩn thận đánh ra thành những chiếc nhẫn, để mỗi khi cần đến thì tôi lấy ra một chiếc mang đi bán để có tiền tiêu. Trước khi rời nhà Phát, tôi đã thắp hương trên bàn thờ để cầu xin cho chuyến đi được mọi sự an lành.

RA KHƠI

Trời còn tối mù, chị Sáu đã cho người dẫn nhóm chúng tôi xuống ghe nhỏ đi thẳng ra biển để gặp ghe lớn. Rất may kỳ này ra đến nơi là gặp ngay ghe lớn đang chuyển người từ những ghe nhỏ khác. Đúng như lời kể của nhà tôi ở chuyến đầu tiên, gọi là ghe lớn chứ thật ra nó chỉ lớn hơn cái ghe nhỏ đưa tôi từ đất liền ra biển mà thôi.

Tôi vì có con nhỏ, thằng út lúc ấy chưa được một tuổi, nên được ngồi ở tầng trên cùng với những người trong gia đình người em của chú Sáu. Còn hai đứa em và thằng cháu cùng với con trai thứ hai cũng bị họ tống xuống dưới hầm với những người khác. Đúng như nhà tôi nhận xét phải công nhận con trai thứ hai của tôi thật can đảm. Khi phải rời mẹ để theo Cậu, Dì xuống dưới hầm, nó không khóc mà lặng lặng đi theo, mặc dù tôi đã cố năn nỉ những người có máu mặt ở trên ghe là cho ba mẹ con được ngồi chung, nhưng họ không chịu. Khi tàu bắt đầu chạy cũng là lúc tôi nhìn thấy ánh mặt trời bắt đầu xuất hiện ở phía Đông.

Tàu chạy suốt một ngày hôm đó cũng êm ả, không có sóng to, những gợn sóng không đến nỗi cao quá lấp lánh dưới ánh trăng, về đêm nhìn biển đẹp và mơ màng lắm. Thỉnh thoảng tôi có nhìn thấy cá heo lượn lờ. Tôi nhớ nhà tôi kể là chuyến đầu tiên của anh ấy đi cũng gặp cá heo, nhưng không phải là chúng bơi theo ghe mà bơi ngược lại với ghe của anh ấy, nên kết cục chuyến đi đó đã bị bắt. Nhưng chuyến này thì cá heo lại bơi theo thuận giòng, chắc là ghe chúng tôi sẽ không gặp trắc trở gì đâu, tôi nhủ thầm như vậy.

Hôm tôi lên ghe lớn là còn trong vòng của tuần lễ ngày rằm, nếu nhớ không lầm thì đó là khoảng rằm của năm 1979, nên mặt trăng to hiển hiện trên bầu trời đen thẫm với muôn ngàn vì sao lấp lánh chung quanh. Đây là lần đầu tiên trong đời, tôi được nhìn thấy biển về đêm. Ngoài tiếng máy ghe chạy xình xịch của chiếc tàu, hoà cùng với tiếng rẽ nước mà chiếc ghe đang xả tốc lực chạy băng băng, thì trên ghe những người có máu mặt tức là những người nhà của chủ tàu bắt đầu dọn cơm nước ra ăn uống với nhau.

Họ đi cả mấy gia đình, nên có những người chồng phụ giúp mang đồ ăn hoặc chuyển nước uống cho vợ con họ từ phía đầu mũi ghe cứ thoăn thoắt. Tôi đồ chừng là họ cũng đã từng sống dưới ghe nhiều năm nên cách họ di chuyển từ đầu ghe đến cuối ghe mà chỉ men theo mạn tàu rất nhanh nhẹn. Họ ăn uống như thế, nhưng chớ hề chia sẻ cho ai. Bởi họ là người nhà của chủ tàu, nên đồ ăn thức uống họ mang đi được nhiều và đầy đủ. Mặc dù trong giỏ xách tôi cũng có mang theo một ít thực phẩm để chống đói, nhưng tôi không cảm thấy muốn ăn. Chỉ thấy cổ họng khô và muốn uống nước mà thôi. Cũng may hôm rời nhà Phát, tôi đã làm đầy một bình thuỷ bột gạo lức pha với sữa bột cho thằng út, nên mỗi khi nó khóc tôi lại đổ vào bình sữa để nó ôm lấy mà uống.

Ngồi bó gối ôm thằng nhỏ trong lòng suốt mười mấy tiếng đồng hồ, hai chân tôi như tê dại, không còn cảm giác. Người đàn bà bên cạnh cho biết trên ghe không có chỗ đi tiểu, nếu ai cần đi thì phải leo ra chỗ mạn thuyền ở bên hông và vô tư làm chuyện ấy. Nhưng cái ghe đang di chuyển mà lại tròng trành như vậy làm sao tôi có thể thực hiện được chuyện này, nên đành ngồi chết dí ở trên khoang.

Mệt quá thiếp đi không biết là trong bao lâu. Mở mắt ra lại thấy ở chân trời tít đằng xa có ánh bình minh lấp ló. Thế là ghe đã sang được ngày thứ hai ở trên biển. Tôi nghe những người trên tàu nói là ghe đã thoát ra hải phận quốc tế không lo sợ bị công an bắt lại và chỉ cầu mong sao gặp được tàu ngoại quốc vớt. Ý nghĩ này vừa đến trong đầu mọi người thì chúng tôi thấy ở đằng xa, chắc phải là xa lắm vì theo hướng người ta chỉ, tôi chỉ thấy lờ mờ hình một con tàu nhỏ bằng bàn tay. Thế là ghe chúng tôi nhắm hướng đó để đến gần. Phải mất cả mấy tiếng đồng hồ sau, mới nhìn rõ được chiếc tàu này. Thì ra đó không phải là tàu buôn của ngoại quốc mà chỉ là một tàu đánh cá bình thường, nhưng không biết là họ thuộc nước nào. Thấy không phải là tàu buôn nên ghe chúng tôi đã không lại gần và tiếp tục đi theo hướng đã định.

Đến buổi chiều thì bỗng dưng mây vần vũ và trời đổ mưa lớn. Vì có mưa là có gió mạnh đã làm sóng nhồi con tàu ngả nghiêng, khi trườn lên lúc hụp xuống. Tất cả mọi người trên tàu đều hoảng loạn, nước mưa và nước biển đã làm quần áo mọi người ướt sũng. Một tay ôm chặt lấy thằng con, còn tay kia thì ghì chặt vào song cửa của thân tàu, tôi luôn mồm cầu nguyện. Tôi nhớ lời mẹ và chị lớn dặn là cứ niệm danh hiệu Phật Quán Âm thì ngài sẽ độ cho.

Người tài công đã lớn tiếng kêu mọi người trên tàu ráng giữ thăng bằng con tàu, và thay phiên nhau tát nước vì bị sóng đánh tràn vào. Trên tàu ai cũng đều nôn mửa tùm lum, từ chỗ ngồi ở tầng trên, tôi nhìn thấy họ ngồi bó gối gục đầu như những kẻ tử tội, tóc tai rũ rượi ai cũng rũ ra như tàu lá vì đa số đều nôn mửa trên tàu.

May mắn tôi không bị nôn, có thể vì trong bụng

chẳng có gì kể cả một giọt nước, nên đã không nôn thốc tháo như những người bên cạnh, vì họ đã làm một bụng no nê trước đó không lâu. Thằng con cũng nôn mửa ra đầy người và sợ hãi khóc lóc. Vừa dỗ dành nó vừa nghĩ đến đứa con thứ nhì đã bị tống xuống dưới hầm, không biết nó thế nào trong tình trạng chiếc tàu đang bị sóng nhồi như thế này. Mặt tôi nhăn nhó, cổ họng khô rát vì từ sáng ngày hôm qua cho đến chiều hôm nay không được một giọt nước thấm cổ. Lúc trời mưa vì bận lo lắng cho thằng con, nên đã không có cơ hội để hứng những giọt nước mưa mà uống thì cũng đỡ. Trong khi những người đàn bà ngồi cạnh đã được những ông chồng tiếp tế thức ăn và nước uống.

Tôi chạnh nghĩ phải chi có nhà tôi đi cùng chuyến thì chắc chắn anh ấy sẽ phải mầy mò để tìm thực phẩm cho vợ con cũng đỡ phải khổ sở. Thốt nhiên tôi thấy tủi thân, và có lỗi với hai đứa con, chúng đang sống yên lành mà tôi lại lôi chúng đi vào chỗ nguy hiểm.

GẶP HẢI TẶC

Sau trận mưa to, trời đã quang đãng trở lại, nhưng ánh trăng chiếu xuống mặt biển đã dần dần nhạt nhoà hơn, nên biển đen đậm hơn tối hôm qua. Nhìn biển đêm đen như vậy, tôi bỗng thấy sợ hãi, và có lẽ vì đã bị thấm lạnh ở cơn mưa vừa rồi nên sự sợ hãi này đã làm người tôi như lên cơn sốt. Mà chắc là bị sốt thật, nên trong lúc nửa tỉnh nửa mê tôi thấy hình ảnh Phật Quán Âm mặc đồ trắng toát, tay cầm bình nước cam lồ đang lướt sóng ở phía trước mũi tàu. Ngài đứng quay mặt về mũi thuyền và vì thế tôi đã nhìn được dung nhan của ngài. Bỗng nghe có tiếng kêu to:

- Songkla!!! Songkla...!!!

Giật mình tỉnh dậy thì được biết người tài công vừa giơ tay làm loa để hỏi con tàu đánh cá sắp lại gần, là chúng tôi muốn đến Songkla thì đi hướng nào. Theo hướng tay của người ngư phủ chỉ, tàu của chúng tôi trực chỉ hướng đó. Đi khoảng đến trưa thì gặp một tàu đánh cá khác, tàu này lớn hơn những tàu chúng tôi đã đi qua. Trên tàu có những người đàn ông vạm vỡ cởi trần, quấn khố, có người đầu cạo trọc, có người quấn khăn, trên mặt họ có vẽ những gạch ngang dọc đủ màu. Nhìn thấy đủ sợ hãi rồi. Cả tàu không ai bảo ai đều có chung một tâm trạng là những người này không phải là người tốt. Tôi nghe có một vài người trong ghe la lên:

- Coi chừng tụi này là hải tặc đó.
- Đừng nên lại gần tàu của nó.
- Dọt mau đi tài công ơi!!

Những tiếng xôn xao như vậy nên tài công đã vội vàng tránh ra xa, và cứ thẳng hướng của mình đi. Khi thấy tàu chúng tôi không lại gần hướng của tàu đánh cá, thì chiếc tàu này đã rượt theo chúng tôi. Khi thấy bị rượt đuổi như vậy, mọi người trên tàu biết là xui đã gặp tàu cướp rồi.

Chúng áp đảo tàu của chúng tôi một đoạn, xong rồi có hai thằng nhảy xuống ghe chúng tôi và thằng ở trên tàu của chúng nó quăng xuống một sợi dây thừng to bằng cổ tay để cột chiếc ghe của chúng tôi vào với tàu của chúng nó. Khi lại gần mới thấy là tàu của chúng nó cao lớn gấp mấy lần ghe chúng tôi, đến nỗi từ dưới ghe nhìn lên tàu của chúng nó bằng như đứng dưới của một toà nhà hai tầng lầu vậy.

Sau khi cột, chúng thả xuống một thang dây và ra dấu bắt những người ở ghe phải leo thang dây lên tàu chúng nó. Người tài công nói cho họ biết là ghe chúng tôi muốn đến Songkla. Chúng nó nghe được chữ Songkla nên gật đầu, và ra dấu bảo mọi người leo lên. Nhưng bằng một giác quan thứ sáu, có nhiều người trong ghe không tin và tìm cách lẩn tránh chúng. Vì họ cũng sợ khi thấy giữa biển mênh mông một ghe nhỏ, một tàu cao 2, 3 tầng như vậy mà phải leo thang dây lên trong khi sóng đánh cái ghe lúc thì dang ra xa, khi thì lại tấp sát vào đáy tàu. Vì

Mộng Thường | 63

máy tàu của chúng nó rất mạnh, đã làm những cuộn sóng ở gần đó cao hơn. Thật nguy hiểm vô cùng.

Khi thấy đa số chúng tôi không chịu lên, chúng nổi giận quát tháo rồi đánh đập những người không nghe lời, làm đàn bà và con nít sợ quá la khóc inh ỏi. Biết là không thể chạy đàng trời, nên mọi người phải líu ríu leo thang dây lên. Vì phải ngồi bó gối trong một thời gian dài kể từ hôm ra khơi, lại thiếu ăn mất ngủ, nhiều sự hãi hùng, không ai có đủ sức để đứng bằng đôi chân của mình. Cứ đứng lên thì lại ngã khụy xuống. Nhìn họ run rẩy leo thang dây, tôi hồi hộp và sợ hãi quá, chỉ sợ nếu ai sơ sểnh một chút thì sẽ bị rớt xuống biển mà thôi.

Khi đến lượt, vì sợ hãi quá, tôi run như con cầy sấy tay vẫn ôm chặt thằng con út trong lòng. Tôi không đứng dậy được, mà quỳ xuống van lạy thằng hải tặc xin tha cho tôi không phải leo lên cái thang đó. Nhưng nó đã giằng thằng bé trong tay tôi và hô lên bằng ngôn ngữ của chúng nó cho một thằng đồng bọn ở trên tàu. Khi được thằng này đáp lại, thế là nó thảy thằng con út tôi kiểu như hai người thợ xây cất nhà lầu ở VN, ném viên gạch từ dưới đất lên cho người ở tầng trên nắm bắt.

Nhìn cảnh này tôi chết sửng trong tích tắc. Miệng há hốc ra mà không kêu lên được. Sự việc chỉ xảy ra trong chớp mắt, mà tôi có thể nhìn thấy nét kinh hoàng trong ánh mắt mở lớn của con tôi đến sửng sờ. Cũng may tôi không thốt lên tiếng kêu, bởi nếu nghe được tiếng của tôi, chắc thằng con sẽ phản kháng (bằng cách giãy giụa) và chưa biết chừng sẽ làm cho thằng hải tặc đứng phía trên không chụp được đúng vị trí và thế là thằng nhỏ sẽ bị rớt xuống biển.

Khi thằng đồng bọn đã bỏ con tôi nằm lăn lóc trên khoang tàu của chúng nó, tôi cuống quýt chạy vội lên mạn thuyền để nhanh chân trèo lên cái thang dây càng sớm càng tốt. Bởi tôi sợ nếu chậm trễ, thằng con lại bò lạng quạng có thể nó sẽ rớt xuống biển. Vì lúc đó tình trạng cực kỳ hỗn độn. Người la khóc, kẻ quát tháo, người gọi tìm thân nhân, tiếng máy tàu nổ ầm ầm, có còn ai để ý đến ai đâu. Trong lúc này ai chết mặc ai.

Đang bồn chồn đứng chờ những người leo thang dây để đến lượt mình, tôi nhìn thấy hai đứa em đang ngoi đầu từ cửa hầm của chiếc ghe để lên trên khoang. Em gái tôi vừa lên được cửa hầm, đang đưa tay để kéo thằng em trai, tôi lao đến với giọng đầy nước mắt:

- Duyên, Huy, thằng Tú đâu?

Chúng còn đang ngơ ngác vì không biết chuyện gì đang xảy ra, tôi hấp tấp cho các em biết ghe mình gặp hải tặc và chúng nó đang quát tháo đẩy những thuyền nhân lên tàu của chúng nó. Vừa nói đến đây, thấy một người đàn ông đang đẩy thằng con thứ nhì của tôi lên khỏi cửa hầm ghe. Tôi chạy vội lại để đỡ lấy con, vì thằng nhỏ không còn sức để đứng dậy được nữa. Duyên bật lên khóc:

- Tội nghiệp thằng Tú và thằng Nguyên (cháu tôi). Chúng nó là con nít sao họ bắt ngồi ở dưới hầm, vừa ngạt thở vừa bị những người lớn nôn mửa hết lên đầu lên cổ của chúng nó.

Duyên kể lể thêm:

- Nó và thằng Nguyên bị cảm lạnh vì hầm tàu ngập nước ở dưới đó. Chị có biết nó bị xỉu không?

Mộng Thường | 65

Đến lúc này Tú mới mếu máo khóc và ôm chặt lấy tôi. Có lẽ vì nó nhìn thấy những thằng hải tặc, mặt mày dữ dằn đang quát tháo trên ghe.

Duyên đưa tay chỉ người đàn ông đã đẩy Tú lên khỏi mặt hầm nói tiếp:

- Cũng may có chú này giúp đỡ, nếu không thì em không làm sao mà trèo được lên đây, vì ngồi bó gối ở dưới ấy quá lâu, em không đứng dậy được.

Rồi như sực nhớ ra, Duyên thảng thốt hỏi:

- Thằng Bé đâu?

Tôi đưa tay chỉ lên tàu của hải tặc:

- Chị phải leo lên đó ngay bây giờ, vì thằng Bé ở trên đó rồi.

Vừa dợm chân quay đi, như sực nhớ ra điều gì tôi dừng lại:

- Nhưng làm sao mà thằng Tú leo được thang dây cao ngất ngưởng như vậy chứ?

Tôi chưa dám kể vụ chúng nó tung hê thằng Bé như thế nào, vì tôi chỉ muốn làm sao các chị em và mẹ con tôi được leo lên đó càng sớm càng tốt để còn giữ thằng Bé nữa. Nhưng chắc chắn là tôi sẽ không để tụi hải tặc tung hê thằng Tú như thằng Bé được. Còn đang chưa biết tính cách nào thì người đàn ông đã giúp Tú lúc leo lên cửa hầm bảo tôi:

- Cô yên trí, để tôi cõng cháu trên lưng và leo lên thang dây.

Tôi quay sang Tú dặn:

- *Con phải ôm chặt cổ của chú, để chú leo thang dây lên tàu lớn trên kia mới được an toàn con hiểu không?*

Tú bặm môi gật đầu. Thế là người đàn ông tốt bụng này cõng Tú trên lưng, còn tôi và các em theo sau để một tay giữ người Tú, còn tay kia tôi nắm thang dây để leo lên. Khi lên được đến nơi, thấy thằng con út đang ngồi bệt ở khoang tàu la khóc thảm thiết. Tôi biết nó rất hoảng loạn khi không thấy người thân. Lạy Trời Phật, mọi sự diễn ra nhanh như chớp nhoáng làm sao tôi có thể trở tay kịp thời nếu không có sự phù hộ độ trì của Trời Phật và của những người đồng hành đã có trái tim nhân hậu.

Khi đã vét hết mọi người ở dưới ghe đưa lên tàu của hải tặc đầy đủ, chúng lấy nước uống và thức ăn ra cho mọi người. Con nít cũng được cho cả bánh kẹo. Thằng cháu tôi 10 tuổi, thấy bánh lái của chiếc tàu là lạ, nó tỏ ý thích thú cũng được thằng lái tàu cho vào phòng lái để được sờ tay vào bánh lái. Tôi thấy vậy đã hét ầm lên bảo nó phải tránh xa, vì không biết được chuyện gì sẽ xảy ra. Một số người ban đầu cũng tưởng tụi này là tụi cướp biển nên đã không có thiện cảm. Nhưng thấy sự đối xử như vậy, mọi người cũng bớt lo và hy vọng sẽ được bọn chúng đưa đến tỉnh Songkla.

"BÉ CÁI LẦM"

Mỗi người đều theo đuổi riêng ý nghĩ của mình, ai cũng đều mang theo niềm hy vọng là sẽ đến được nơi mình mong đợi. Ngồi ôm con ở trên tàu của hải tặc, tôi bỗng nhớ đến số vàng nhẫn mà Mẹ tôi đã dấu ở đáy chiếc bình thuỷ, chợt nghĩ nếu như tụi hải tặc này chở chúng tôi đến thẳng Songkla hoặc cặp bến một nơi ty nạn tạm trú nào đó thì số vàng này sẽ bị mất, thì lấy tiền đâu ra để sống ở những ngày sắp tới. Nghĩ như thế tôi bèn giao hai đứa con cho hai em giữ, để ra cuối tàu xem coi cái ghe của chúng tôi ở bên dưới tình trạng như thế nào. Xem xét tình hình xem tôi có thể nhảy xuống ghe để lấy cái túi xách của mình lên được không. Vì lúc leo lên tàu hải tặc còn đang mải lo đến sinh mạng của các con, đâu còn thì giờ để tôi nghĩ đến cái túi xách của mình nữa.

Nhìn chiếc ghe nhấp nhô trên triền sóng khi đảo bên này, khi nghiêng bên kia. Cũng may là tụi hải tặc đã cột chiếc ghe của chúng tôi với tàu của chúng nên chiếc ghe nhỏ bé này vẫn lẽo đẽo theo sau. Đứng trên khoang tàu của hải tặc, bao nhiêu lần tôi cố bậm môi để chực nhảy xuống, nhưng lần nào cũng như có sức vô hình đã giữ lại. Không nhảy xuống để lấy số vàng thì mẹ con, chị em không có tiền để mua thức ăn nếu đến được đất liền. Mà nhảy xuống bây giờ thì không có can đảm, bởi mỗi lần định nhảy thì y như rằng sóng lại đánh bật cái ghe nhỏ ra xa... Cứ như thế tôi đã đứng hàng giờ nhìn cái ghe như thôi miên mà chưa có cơ hội. Lần cuối cùng khi đã quyết chí thì bỗng dưng trong đầu óc hiện lên lời dặn dò của bố:

- Các con đừng bao giờ để sự tham tiếc của chi phối. Vì bao giờ cũng có thể đi đôi với cái hoạ.

Bố tôi còn dẫn chứng thêm:

- *Ngày trước nếu vì tiếc của mà Bố Mẹ ở lại miền Bắc thì các con làm sao có được như ngày nay...*

Bỗng dưng lời khuyên của câu chuyện cũ, đã đánh động vào trí não để tôi từ bỏ ý định nhảy xuống ghe, để lấy lại túi xách trong có vàng.

Quay trở lại chỗ cũ, nhìn hai đứa con gầy gò nheo nhóc, tôi không ngờ dám dấn thân dẫn con đi vượt biển như vậy. Hình như tôi không còn là tôi nữa, mà là một người nào đó đội lốt hình hài tôi. Bởi bình thường tôi là đứa nhát gan lắm, sợ đau đớn cả phần thể xác lẫn tinh thần, kể cả việc học bơi tôi cũng không dám. Ấy vậy mà tôi đã dám quyết định mang con đi vượt biên như thế này, khi bên cạnh không có chồng giúp đỡ. Nhìn vẻ mặt ưu tư của tôi, hai đứa em lo lắng hỏi:

- Có chuyện gì vậy chị?

Tôi ngồi thụp xuống, kể cho các em nghe việc định nhảy xuống ghe để lấy cái túi xách. Duyên nhìn tôi sửng sốt:

- Chị có điên không? Sao lại liều như vậy. Nếu mất thì đành phải chịu. Chị nhảy xuống lỡ hụt là rơi xuống biển thì ai cứu? Vả lại biết có còn để cho chị lấy không?

Nghe em nói như vậy tôi mới nhận ra đầu óc tôi đã mụ đi rồi. Cho dù việc nhảy xuống có thành công đi chăng nữa, nhưng chắc gì số vàng của tôi vẫn còn nguyên?

Bởi vì cũng chưa biết chừng khi gom chúng tôi lên tàu của hải tặc, chắc chúng nó cũng đã lấy mất đi cái túi xách của tôi rồi cũng nên. Vì mục đích chúng xua các thuyền nhân lên tàu cũng là để cho chúng nó rộng đường moi móc tìm tòi xem coi chủ tàu và người vượt biên có giấu vàng, nữ trang hoặc dollars ở đâu đó trong những túi xách và trên ghe không.

Tôi thiểu não lắc đầu như để xua đi những ý nghĩ điên rồ của mình rồi đưa tay ôm lấy thằng út vào lòng. Chưa kịp ôm trọn nó vào vòng tay, tôi nghe có tiếng quát tháo từ phía trước của mấy thằng hải tặc, và thấy có hai thằng mỗi đứa mang một cái ca nhôm bắt đầu đi tra khảo từng thuyền nhân phải bỏ tiền dollars, vàng, nữ trang, đồng hồ đeo tay vào ca nhôm cho chúng nó. Ai kháng cự thì chúng quát tháo thậm chí còn đánh đập. Người nào lắc đầu tỏ ý không có gì trong người thì chúng lục soát khắp người để mình phải xì ra.

Ngón tay tôi đang đeo cái nhẫn bằng vàng từ ngày cưới cũng phải cố tháo ra để đưa cho chúng nó. Mặc dù đây là vật kỷ niệm, nhưng tôi không dám cãi vì sợ bị hành hung. Tôi tự nhủ nếu như chúng có cướp của mình, thì cũng kể như là thuyền nhân chúng tôi trả công cho chúng nó đưa chúng tôi đến Songkla, hoặc cũng là của đi thay người, nên tôi không tiếc. Sở dĩ tại sao ghe chúng tôi cứ muốn đến Songkla, là vì chuyến ghe trước đã đến được đó, nên chỉ có một nơi này là tài công biết thôi, hai nữa, nghe nói đường đến đó gần hơn là đi đến Mã Lai.

Đến lúc này mới thấy là việc tôi không nhảy xuống ghe lấy túi xách cũng là điều may mắn. Bởi nếu có lấy được thì bây giờ cũng phải dâng cho chúng nó hết. Đó là nếu may việc nhảy xuống thành công, còn không may thì đã phải bỏ mình dưới lòng biển. Nghĩ như thế tôi bỗng thấy rùng mình, và không còn sự tiếc của nữa. Vì không mất bằng cách này thì cũng mất bằng cách khác.

Khi đã cướp hết tiền bạc và tư trang, tụi hải tặc chia nhau canh gác. Tổng cộng chúng có 6 thằng, 3 thằng lăm lăm cầm những giáo mác và búa rìu để ra oai. Người lớn nhìn đã thấy sợ, huống chi là con nít, nên cứ phải tránh xa chúng nó. Người đàn ông cõng Tú khi leo thang dây cũng ngồi chung với chị em tôi. Ông ta hình như đi một mình vì không thấy có thân nhân của ông bên cạnh, có lẽ vì thấy chị em tôi là phụ nữ đi vượt biển mà lại có tới 3 đứa nhỏ để săn sóc nên ông ta cũng gắn bó, để có gì còn phụ giúp. Khi thấy Tú sợ hãi la khóc miệng cứ gọi:

- Ba ơi! ba ơi! Ba đâu rồi....

Tôi phải dỗ dành Tú:

- Con nín đi, mình sắp gặp Ba rồi.

Chỉ vì lúc rời nhà, tôi có phủ dụ là chúng tôi sẽ đi gặp bố nó. Nhưng bố nó đâu không thấy, chỉ thấy toàn sự nguy hiểm và khổ sở thôi.

- Ba của cháu bé đâu hả cô?

Người đàn ông lên tiếng hỏi, khi thấy Tú cứ khóc gọi tên Ba. Nhân đấy tôi cũng kể sơ là chồng tôi đã đi chuyến trước và đã đến trại Songkla, bây giờ tôi mới dẫn hai con đi. Sau đó tôi được biết ông là Đại uý vừa đi cải tạo về....

Đang nói chuyện đến đây bỗng thấy một số người cùng ghe đang lui dần về phía tôi, có cả những người đang quỳ gối van lạy tụi này. Tôi biến sắc vì biết có chuyện chẳng lành, và nhìn thấy ba thằng cầm giáo mác đang ra dấu bảo tất cả thuyền nhân phải leo thang dây xuống lại ghe. Mọi người sợ hãi quá cứ co rúm vào nhau, đàn bà con nít thì la khóc inh ỏi. Có tiếng người cất lên hỏi tất cả mọi người nếu ai còn giấu được tiền dollar hay vòng vàng thì mang ra cho chúng nó, để biết đâu chúng thấy tiền thì sẽ cho ở lại. Trong số người đi trốn, chỉ có thân nhân của chị Sáu là mang được nhiều vàng. Điều này tuy không nói ra, nhưng khách đi ai cũng biết, vì họ là chủ tàu mà lại tổ chức nhiều chuyến đi rồi, thì chắc chắn vàng họ mang theo phải là cả đống. Tôi nghe có tiếng đàn bà giọng miền Nam trả lời:

- Được rồi, bây giờ tụi tôi bỏ ra đưa cho mấy thằng này, vậy khi đến đất liền bà con phải gom trả lại cho tôi chịu hông?

- Cứ đưa ra đi, rồi sau tính.... Chết đến nơi rồi mà còn ham giữ của làm chi nữa, hổng biết!!

Tiếng trả lời của vài người với sự bực dọc.

- Chị ơi! Chị bỏ ra đi cũng là điều chị làm phước cứu được cả hơn trăm mạng người mà...

Không biết số vàng hay tiền có được đưa thêm ra bao nhiêu, hoặc là không đưa mà tụi hải tặc vẫn bắt tất cả phải xuống lại ghe mình. Chúng lùa mọi người từ đầu tàu tới cuối tàu, nắm bắt được ai chúng lôi xềnh xệch ra chỗ mạn tàu bắt phải leo thang dây xuống. Đến nước này thì ai cũng oà lên khóc vì quá sợ hãi. Chị em tôi vừa khóc vừa khấn Phật Quán Âm phù hộ cho mọi người. Chân tay run lẩy bẩy, đi còn không muốn vững thì làm sao tôi có thể leo thang dây xuống được, trong khi trời đã nhá nhem tối. Chỉ một sơ suất nhỏ cũng đủ để người ta sẩy chân lọt xuống biển sâu.

Khi đã van lạy tụi hải tặc cho tá túc trên tàu của chúng không được, mọi người đành phải leo xuống ghe mình. Có người lên tiếng đề nghị là tài công và đám đàn ông leo xuống trước để kiểm tra nước ngập ở trong ghe đến cỡ nào, nếu cần phải tát bớt nước ra rồi đám đàn bà con nít xuống sau. Lấy kinh nghiệm của sáng nay lúc phải leo lên tàu của hải tặc, cầu xin đừng có thằng hải tặc nào chuyền con tôi bằng cách tung hê như cục gạch. Lần này đi xuống chắc dễ dàng hơn đi lên, nhưng kẹt một điều là trời sập tối, nếu không làm kịp trước khi trời tối thì kẹt lắm. Vì biển về đêm tối mịt mù. Mặc dù tàu hải tặc có ánh điện, nhưng làm sao sáng toả được xuống phía ghe. Vì thế trước sau gì cũng phải xuống, thà xuống trước còn hơn.

Tôi nhờ ông cựu Đại uý và một thanh niên khác cõng giùm hai đứa con để leo xuống. Khi xuống đến nơi thì nhờ người đã xuống trước đỡ lấy để chắc chắn không bị lọt xuống biển. Mọi người phải bảo nhau đừng nhìn xuống mặt biển, cứ nhìn lên và khi bàn chân chạm vào nấc giây thừng kế tiếp thì mới tiếp tục leo xuống, khi xuống đến sàn ghe thì nhờ người khác đỡ lấy.

Em gái nói nhỏ với tôi:

- Chị giữ thằng Tú ngồi ở tầng trên với chị, vì dưới đó ngộp thở lắm. Tội nghiệp thằng nhỏ. Nó cũng là con nít sao chủ tàu lại tống nó xuống dưới đó.

Tôi gật đầu công nhận, và mặc kệ sự phản đối của chủ tàu, nên ba mẹ con tôi lần này được ngồi chung với nhau. Tú rấm rứt khóc và miệng gọi Ba. Nó là thằng can đảm, gan lỳ và thông minh, biết nhận xét từng hoàn cảnh và ít khi nào làm phiền người lớn. Bây giờ thấy nó cứ khóc, tôi biết là trong người nó không được khoẻ. Vì em gái đã cho biết trong thời gian ở dưới hầm, nó đã bị cảm lạnh và bị xỉu vì không thở được, lại thêm đói ăn và thiếu nước uống. Tội nghiệp các con. Thấy nó khóc mà tôi cũng phải khóc theo, luôn mồm dỗ dành là các con sẽ được gặp lại Ba. Mà thật thế không hiểu do một sức vô hình nào, tôi luôn nghĩ là sẽ được gặp lại nhà tôi sau những sự hiểm nguy như vậy.

Đến lúc này tôi mới thấy cũng may con lớn của tôi đã không đi được, nếu không thì có lẽ cũng không giữ được mạng sống của nó. Hèn chi nhà tôi đã đánh điện tín ngoài việc báo tin đã thoát, chính là để căn dặn tôi không nên mang con đi vượt biển. Ôi! Nếu ai cũng biết được sự nguy hiểm như thế này, chắc cũng chẳng có ai dám đi vượt biển đâu. Vì lúc khởi hành, ai cũng chỉ mong được đi thoát khỏi địa bàn của tụi công an, chỉ khi ra tới biển đối mặt với sự nguy hiểm thì mới thấy sự chết chóc như thế nào.

Khi mang được hai đứa con xuống ghe và các em cùng đứa cháu, tôi như trút được gánh nặng. Dặn thằng cháu là đừng xuống dưới hầm, cứ ở tầng trên cùng với tôi và hai đứa nhỏ. Nhìn lên tàu hải tặc, vẫn thấy còn lại vài thuyền nhân trên đó, không hiểu sao họ vẫn chưa xuống được. Hay là họ vẫn cố cứ năn nỉ chúng mang họ đến nơi mà họ muốn? Hỏi ra thì được biết là người tài công đang năn nỉ mấy thằng hải tặc để nó buông tha một cô gái mà chúng muốn giữ lại. Nghe mà hết hồn!!! Hèn chi tôi nhìn thấy cả người bạn trai của cô gái vẫn còn ở trên đó nữa. Cũng may cho cô này, vì người tài công biết nói tiếng Miên nên đã xin cho cô gái đó được xuống ghe bình an. Nhưng sau được biết là cặp này cũng phải xì tiền dollars ra thì chúng nó mới tha.

Sau khi mọi người đã xuống lại ghe, tụi hải tặc đã tháo ra sợi dây thừng cột tàu của chúng vào với ghe. Nếu chỉ như vậy thôi thì đã chẳng có chuyện, đằng này trước khi bỏ đi, chúng nó còn đâm tàu vào ghe của chúng tôi. Sao chúng lại ác độc và vô nhân tính như vậy. Tất cả mọi người trên ghe đều rú lên vì sợ hãi, tiếng la tiếng khóc vang lên giữa đêm khuya trên mặt biển đen ngòm. Có nhiều tiếng kêu lên:

- Tài công ơi! Mở máy chạy lẹ đi.

- Sao tụi này ác độc vậy chớ! Tiền bạc đã cướp sạch mà không cho người ta một con đường sống...

- Đúng là ác quỷ!!

- Bà con ơi! ghe mình bị bể, nước vô rồi...

Đâm ghe của chúng tôi như thế, tụi hải tặc đắc chí vang lên tiếng cười giữa những tiếng kêu sợ hãi của thuyền nhân. Cũng may lúc đó trên biển tối mịt mùng, ghe lại nhỏ bé, cũng chẳng có đèn nên chúng nó không nhìn thấy gì, và đã bỏ đi...

THOÁT NẠN

Trên ghe đám thanh niên cố sức thay phiên nhau tát nước, chúng tôi đều nhất tâm cầu xin Phật Bà độ cho. Như đã nói ở phần trên, mỗi lần cầu Phật Bà là y như rằng tôi lại thấy ngài hiển hiện ở phía trước đầu ghe như thể là kéo cái ghe đi theo ngài. Không biết lúc đó tôi tỉnh hay mơ, hay là trong lúc cái chết cận kề, sự cầu nguyện của tôi cũng như của mọi người đã đến chỗ "xuất thần" nên đã được nhìn thấy Phật Bà hiện ra cứu khổ cứu nạn chúng sinh.

Mà đúng là có Phật Bà dẫn đường chỉ lối vì sau khi tàu hải tặc bỏ đi, chiếc ghe dù đã "thân tàn ma dại", rách rưới tả tơi nhưng vẫn cố lết trên mặt biển mênh mông, cùng với những câu niệm Phật, trong suốt một đêm dài hôm ấy. Mỗi lần đi qua một ghe đánh cá nào, tuy không nhìn thấy người trên đó, chỉ thấy ánh đèn đỏ le lói từ xa, chúng tôi cũng không dám lại gần vì kinh nghiệm đã cho một bài học. Tài công chỉ cố bám vào la bàn để dấn bước.

Tất cả mọi người trên tàu đều đã thấm mệt. Hai đứa con khóc chán rồi mệt, nên gục xuống ngủ. Tôi cũng thiếp đi không biết là trong bao lâu thì choàng thức dậy vì nghe thấy tiếng hô to:

- Bà con ơi! Thấy chim rồi!!!

Ngơ ngác vài giây và nhìn ra biển, tôi cũng thấy từ đằng xa có cánh chim đang xoải cánh bay trên bầu trời. Có nhiều tiếng hô lên:

- Sắp đến đất liền rồi bà con ơi!

- Mình được sống rồi!

Tất cả mọi người đều háo hức, con tàu như bừng lên sức sống. Những người bị ngồi ở dưới hầm cũng được báo tin này nên đang cố ngoi đầu lên cửa hầm để được chính mắt mình nhìn thấy cánh chim bay. Tàu vẫn giữ tốc độ để " lao" về phía trước. Tôi nhìn thấy ánh bình minh ửng hồng ở phía chân trời xa tít, và vững dạ hơn khi bóng tối không còn bao trùm nữa. Đi thêm một khoảng thời gian, chúng tôi đã nhìn thấy cả một bầy chim đang bay trên trời....

Quả là chúng tôi sắp đến đất liền, nhưng không biết nơi này là ở đâu. Người tài công đã bẻ lái cho ghe ôm lấy phía tay mặt, để có gì còn dễ dàng tấp vào bờ. Nhưng đi cả một đoạn dài mà không thấy đâu là bờ bến, chỉ thấy phía dưới đáy là những tảng đá to, nhỏ đủ cỡ. Tài công đã cho mọi người biết là ghe không thể đi thêm được nữa, vì nước vào tàu quá nhiều, hai nữa là phía dưới có đá nên tàu không thể chạy vào sát bên trong được, ông ta đã hô to:

- Xin bà con từ từ nhảy xuống biển để lội vào.

- Đừng xô đẩy nhau coi chừng ghe bị lật nghiêng đó..

Khi nghe được thông báo này thế là mọi người cuống quýt đua nhau nhảy xuống. Nhất là cái đám thanh niên và những người biết bơi, họ nhảy xuống và lội được vào bờ giữa những tiếng la oai oái và tiếng nước bắn lên tung toé. Có tiếng đàn ông vang lên:

Mộng Thường

- Mọi người coi chừng nhảy xuống bị đập đầu xuống đá ngầm đó.

Từ trên khoang tàu, nghiêng người nhìn xuống tôi thấy nước biển trong vắt, nhìn rõ có những tảng đá đủ cỡ ở phía dưới. Còn đang loay hoay không biết nhảy xuống bằng cách nào vì không biết bơi, nhìn thấy những tảng đá phía dưới tôi nghĩ chắc cũng không sâu lắm, hai nữa chiếc ghe vì đã có một số người nhảy xuống rồi, nên cái ghe đã mất thăng bằng mà tròng trành như muốn lật úp. Một nách hai đứa con, tôi không biết phải làm sao để đưa được hai đứa nhỏ vào bờ. Tôi ngóng cổ lên tìm hai đứa em, và thằng cháu Nguyên. May quá tôi gặp ngay Thanh là cháu của Dì Tư, người mà tôi đã ở nhà Dì qua một đêm hồi chuyến đi đầu tiên bị đuổi về. Nó vừa từ dưới hầm chui lên, tôi đẩy Tú đến trước mặt nó khẩn khoản:

- Em làm ơn mang giùm con chị lội vào bờ.

Nó sốt sắng giúp liền kể cả giúp mang luôn thằng cháu Nguyên nữa. Gửi được Tú rồi, tôi vội vàng bế xốc thằng út lên, cánh tay phải bế nách nó, cánh tay trái đeo cái túi xách lên vai, và... nhảy ùm xuống nước. Nhưng... than ôi! Tôi đã tính nhầm, vì nhìn vậy chứ không phải vậy. Mực nước ở đó đã quá sâu hơn cả cái đầu. Thế là tôi bị chìm nghỉm, cố giơ cánh tay trái lên để vẫy cầu cứu vì đã nhìn thấy cái chết trước mắt. Lúc đó ai cũng lo mạng sống của mình, có còn ai để ý đến ai đâu...

Ấy thế mà!!!. Số mẹ con tôi vẫn còn sống, là có người đã nhìn thấy cánh tay vẫy rối rít và tiếng la của tôi. Người đó là Hoàng, em của Thanh. Nó đã lội được vào bờ, và vừa quay lại nhìn chiếc tàu thì nó thấy cánh tay tôi. Thế là Hoàng lao ngay ra cứu hai mẹ con lên bờ. Đây mới đích thực rằng tôi vừa chết đi sống lại. Nếu không có Hoàng chạy ra cứu thì hai mẹ con đã bị chết đuối rồi. Sau này mỗi lần nghĩ đến cảnh này tôi mới thấy rằng con người ta phải công nhận là có số. Bởi lúc ấy nếu Hoàng không quay đầu lại nhìn con tàu thì nó đâu có biết tôi đang gặp nạn.

Còn đang nằm thở dốc ở trên bờ, bỗng thấy một người phủ phục ngay bên cạnh để hôn lên mặt đất, hôn xong người thanh niên này còn nhảy múa để tỏ sự vui mừng đã đến được đất liền. Còn tôi, vì ngồi bó gối trên ghe quá lâu, không tài nào đứng dậy nổi, hai chân như không còn giãn ra được. Cố ngồi dậy và ôm hai đứa con vào lòng bỗng dưng nước mắt tôi tuôn trào. Tôi khóc vì sung sướng vừa được thoát chết, khóc vì những đau khổ và sợ hãi đã dồn nén trong tôi trong những ngày qua đã được trôi theo giòng nước, để bây giờ bên bờ biển của một nơi xa lạ, ba mẹ con tôi trở thành những kẻ khốn khổ ly hương.. Trong khi mọi người kẻ đứng người ngồi thành vòng tròn, để đợi dân làng đi báo với chính quyền Thái. Tất cả thuyền nhân chúng tôi đã rũ ra như những tàu lá úa.

SONGKLA

Trong khi đợi nhân viên của chính phủ đến, dân làng đã mang đồ ăn nước uống ra tiếp tế. Khi nhìn thấy chiếc ghe nằm chơ vơ bên ghềnh đá họ đã hiểu ngay chúng tôi là những người chạy nạn từ VN qua. Nên dù ngôn ngữ bất đồng, nhưng nhìn ánh mắt cảm thông và vẻ mặt hân hoan của họ, chúng tôi thật sự biết ơn vô cùng.

Chỉ khoảng hơn một tiếng đồng hồ sau, nhân viên của chính phủ Thái đến. May là người tài công biết tiếng Miên nên thông dịch cho mọi người biết là chính phủ họ cần những gì. Khi lấy tên và lý lịch của mọi người, tôi mới biết được rằng cái ghe đã lèn đến 124 người trong đó. Chao ôi! Vậy mà chiếc ghe đã không bị chìm ở giữa biển. Quả đúng là Trời Phật đã phù hộ và cứu chúng tôi đến được đến bờ bình an như vậy.

Sau khi lấy danh sách, nhân viên chính phủ đã tập họp chúng tôi lên một chiếc xe truck không có mui và chở đến văn phòng cảnh sát Thái cách đó khoảng 20 cây số. Khi xe lăn bánh, không ai bảo ai đều quay lại nhìn chiếc ghe lần cuối, đã cùng sống chết với chúng tôi trong ba đêm bốn ngày để đưa thuyền nhân Vượt Biển tìm Tự Do, đang nằm chơ vơ bên ghềnh đá, giữa những tiếng sóng rì rào đập vào mạn thuyền. Tuy đã biết mình thoát, nhưng tôi không khỏi ngăn giòng nước mắt. Dù nó chỉ là một vật thể, nhưng vẫn làm tôi xúc động vô cùng khi phải rời xa.

Trên đường đi đến trạm cảnh sát, được nhìn cảnh dân làng Thái sống ở hai bên đường, cũng nhà san sát và có vườn tược như ở VN. Nhưng đất nước của họ thanh bình quá. Họ sống tuy thanh bạch, nhưng không có những sự sợ hãi như đồng bào VN đang oằn chịu trên lưng, với ách cai trị của những người Cộng Sản. Nếu không có họ hiện diện trên mảnh đất của miền Nam hay nói rộng hơn là trên quê hương tôi, thì người dân đâu có phải đánh đổi sự sống còn với biển cả để từ nay chúng tôi - những người con dân nước Việt trở thành những đứa con mồ côi quê cha đất Tổ.

Tôi chạnh lòng nghĩ đến đứa con lớn và hai bên đại gia đình. Thế là từ nay tôi sẽ phải sống kiếp tha hương, nơi xứ lạ quê người, mà không biết đến bao giờ mới có thể gặp lại được dù dưới mọi hình thức nào. Thật là trái ngược cho cảm giác khi quyết chí ra đi thì một lòng mong cho sự thành công viên mãn. Nay hiện diện trên xứ người sao lòng tôi lại cảm thấy cô đơn và quạnh quẽ. Phải chăng đó là cảm giác mà tôi và những người vượt biển sẽ phải đa mang đến suốt cuộc đời?

Khi xe ngừng trước sở cảnh sát, nhìn thấy một hàng chữ Thái trên tấm biển dựng trên lối đi vào cơ quan của họ, trong đó có chữ Songkla. Chỉ có chữ này thì tôi đọc được. Tôi mừng quá, quay sang hai đứa em:

- Đây là Songkla rồi các em ơi!

Chưa chắc ăn, hỏi người nhân viên ở đó bằng tiếng

Anh, nhưng anh ta có lẽ không biết tiếng Anh mà chỉ nghe tôi phát âm chữ Songkla và đưa ngón tay chỉ xuống đất thì anh ta hiểu ý tôi muốn hỏi xem có phải đây là địa phận của Songkla không và anh ta đã gật đầu. Chúng tôi đã đích thực đến được Songkla như đã dự định.

Khi ra đi, ai cũng chỉ muốn được đi thoát khỏi VN rồi tấp vào đâu cũng được, miễn là thoát khỏi được rồi. Nhưng chỉ vì chuyến của nhà tôi đã đến được Songkla, nên đến chuyến của chúng tôi, ai cũng chỉ mong muốn được đến nơi này là nơi duy nhất mà họ biết. Thêm nữa nghe chị Sáu nói là đi qua ngả Thailand thì gần hơn là đi phía Mã Lai hay Nam Dương.

Ở bên ngoài chờ đợi nhân viên cảnh sát lập hồ sơ lấy dấu tay, ai cũng mệt mỏi vì những đêm không ngủ và nhất là những sự kinh hoàng đã xảy ra trên suốt đoạn đường đi nên tất cả đều thấm mệt. Người nằm lăn trên cỏ, người bó gối ngủ gục, người tụm vào với nhau để bàn tán, chuyện gẫu. Tôi thấy thằng con thứ nhì đang đứng cạnh một xe kem bán dạo. Biết nó muốn ăn lắm, nhưng trong người tôi không có một cắc bạc làm sao mà mua cho con được đây. Thì vào lúc đó, một người đàn ông Thái dắt đứa con trai đi học về, con của ông ta lớn hơn con tôi chắc vài tuổi, nó ngừng lại ở xe kem và nói người bố mua cho nó.

Khi cây kem được trao cho thằng nhỏ học sinh, con tôi đứng nhìn đứa học trò ăn một cách thèm thuồng. Nhìn con mà xót xa trong lòng, dù sao nó cũng chỉ là một đứa con nít làm sao có thể che giấu được những sự đói khát đang giày vò cơ thể. Tôi chạy lại dắt tay con đi về phía mình. Nhưng nó đã trì người lại không muốn đi, và tỏ ý rất muốn ăn. Cúi xuống bế con lên, nhưng nó vẫn ngoái *đầu lại. Nhìn mẹ con tôi và đám người đứng ngồi lố nhố, quần áo tả tơi, dáng dấp thì cũng không giống với đồng bào của ông ta. Người đàn ông Thái đã nói gì đó với người bán kem, đoán là ông ta hỏi chúng tôi là ai, và từ đâu đến v..v..*

Khi người bán kem cho ông biết chúng tôi là những thuyền nhân chạy nạn vừa cập bờ, thì ngay sau đó ông ta đã mua một cây kem ra dấu cho con tôi ăn đi. Hình ảnh này tôi vẫn nhớ như in. Chắc hẳn lúc đó chưa bao giờ con tôi được ăn một cây kem ngon đến như thế. Tôi mỉm cười cúi đầu để cám ơn người đàn ông Thái tốt bụng này.

Khi viết đến đây, tôi có hỏi con là có còn nhớ đến cây kem này không, thì Tú bảo "làm sao con quên được", đã làm tôi ngạc nhiên. Chắc là phải tác động mạnh vào trí não của nó, chứ lúc ấy nó chỉ là đứa trẻ 4 tuổi mà thôi.

TRẠI TỴ NẠN

Sau khi mọi người làm giấy tờ và lăn tay, cảnh sát Thái lại chở chúng tôi đi. Trên đường đi lại thấy được đưa về phía vùng biển. Khi nhìn thấy biển, ai cũng sợ vì tưởng là họ sẽ đưa trở lại ghe và tống ra biển, như là một số tin tức mà lúc đợi ở văn phòng cảnh sát, tôi có nghe những lời bàn tán của mấy người đi cùng ghe kể chuyện, đã xảy ra cho những ghe khác trước đây. Người tài công vì biết tiếng Miên nên hỏi người cảnh sát tháp tùng là đưa chúng tôi đi đâu, nhưng họ vẫn giữ im lặng. Khi đến nơi phải đến, chúng tôi được đưa vào trình diện từng người trong văn phòng cũng do cảnh sát Thái làm việc. Tại đây tôi cũng nhìn thấy bảng có viết chữ Thái và có cả chữ Songkla. Nhưng căn nhà này nhỏ hơn nơi đã lấy lời khai và dấu tay của chúng tôi, và cảnh sát chỉ thấy có vài người, chứ không đông bằng ở văn phòng sáng nay đến.

Mọi người lục tục kéo xuống xe. Nhìn về phía tay phải của tôi thì thấy xa xa có những dãy nhà tôn thấp lè tè, và những tấm lều căng xiêu vẹo dưới ánh nắng chói chang, cùng những hàng dây kẽm gai ngăn thành hai phần giữa cái cổng nhỏ hẹp. Khi thấy xe rẽ vào và ngừng lại trước căn nhà của mấy người cảnh sát. Lập tức một số đông người từ bên kia phía hàng rào chạy ào đến. Đàn ông đa số cởi trần, đứng lố nhố ở bên kia phía hàng rào dây kẽm gai. Trên đầu ai cũng đội một cái khăn tắm hoặc cái áo của họ để che ánh nắng đang như thiêu như đốt. Họ giơ tay vẫy gọi chúng tôi ơi ới....

Tôi không nhận ra họ là người ở quốc gia nào. Nếu bảo người Thái thì tại sao họ lại bị nhốt sau lằn dây kẽm gai đó. Nếu họ là người Việt tỵ nạn sao hình thù họ không giống là người Việt như chúng tôi. Mà họ nhìn như những người da đen ở Phi Châu vậy. Có một số người từ nơi hàng rào đi ra tiến về phía chúng tôi. Họ giơ tay vẫy chào và nói tiếng Việt là chúng tôi đã được tiếp nhận vào trại tỵ nạn Songlka. Sau đó tôi được biết họ cũng là người tỵ nạn đã đến trước và đang làm trong ban trật tự của trại. Họ ra để phụ với cảnh sát Thái tiếp nhận người mới vào trại.

Đến lúc này mọi người mới yên tâm là không bị đuổi ra biển, và được nhập trại để đi định cư đệ tam quốc gia. Ai cũng vui mừng, thế là người mới và người cũ xúm xít hỏi thăm nhau. Vì có "gà nhà" là những người mà chúng tôi vừa gặp cho biết trước là khi vào khám, cảnh sát Thái sẽ thu hết tiền bạc và vàng, vậy ai có của thì tìm cách mà giấu, để còn có tiền mà tiêu dùng khi vào trại.

TRÙNG PHÙNG

Đang đứng xếp hàng để từng người đi vào phòng trong cho cảnh sát khám. Thấy vài người khiêng một người thanh niên đang giãy giụa trong cánh tay của những người nắm giữ, như thể anh ta cố gắng muốn thoát khỏi sự kềm toả của đám người này. Khi đến gần với nhóm chúng tôi đang xếp hàng, họ mới thả anh ra và đưa tay chỉ về phía tôi:

- Vợ con anh đó, tin chưa?

Thanh niên này chưng hửng nhìn, tôi cũng nhìn anh và phải mấy giây sau chúng tôi mới nhận ra nhau. Thì ra là chồng tôi! Sở dĩ anh đã không nhận ra tôi, bởi chỉ có mấy ngày trên biển mà tôi đã không còn dáng dấp như lúc ở nhà. Hai nữa anh không thể ngờ được tôi dám mang các con đi vượt biển. Phần tôi thì thấy anh diện mạo thay đổi quá nhiều, anh gầy đi và nhất là nước da sạm đen từ đầu mặt đến tay chân, nên anh nhìn khác với lúc còn ở nhà nhiều lắm. Vừa nhận ra anh, tôi đã oà lên khóc:

- Anh ơi! Thằng... thằng... V...ũ...

Tôi xúc động quá không nói được nên lời. Anh biến sắc nhìn tôi. Duyên vội vàng lên tiếng:

- Vũ bị ở lại rồi.

Anh ôm chầm lấy ba mẹ con nói trong xúc động:

- Được rồi! Được rồi! Em hãy bình tĩnh lại. Chuyện đó nói sau.

Và quay sang ôm hai đứa nhỏ anh nói tiếp:

- Ba mẹ con em đến đây là anh mừng lắm rồi. Thoạt đầu chỉ thấy có hai đứa anh đã run trong lòng. Bây giờ biết được nó không đi theo anh yên tâm. Anh tưởng cho nó theo mà...

Nói đến đây anh bỏ lửng, nhưng tôi hiểu được ý anh muốn nói. Bởi nếu cứ cãi lời gia đình mà mang nó theo thì chưa chắc bây giờ nó đã còn sống qua bao nhiêu sự nguy hiểm mà ghe chúng tôi đã trải qua.

Tôi hỏi anh sao biết tôi ở bên ngoài cổng mà ra. Anh kể rằng một trong những người làm ở ban đại diện trại là Phát. Khi được cảnh sát Thái yêu cầu họ ra ngoài trại để phụ. Phát đã nhìn thấy tôi và biết tôi là vợ anh trong chuyến đi đầu tiên, nhưng tôi chỉ nghe tên của Phát, mà không biết mặt. Đến chuyến thứ hai Phát đã đi cùng với nhà tôi (là chuyến đi thành công). Khi vào trại Phát thấy nhà tôi lúc nào cũng buồn rầu vì chỉ có một thân một mình vợ con bỏ lại. Phát có an ủi anh là biết đâu tôi sẽ đi vào những chuyến sau. Nhưng nhà tôi khẳng định với Phát là vợ con anh chắc chắn sẽ không đi vì biết tính tôi nhát và nhất là anh đã đánh điện tín về nói như vậy, thì ở nhà chắc chắn không để tôi mang các con theo đâu. Ở đời làm sao học được chữ ngờ. Khi mình tưởng sự việc xảy ra thế này, trên thực tế nó lại xảy ra thế khác.

Anh kể tiếp:

- Anh đang nằm buồn rầu ở trong lều thì bọn thằng Phát chạy ào đến nói với anh là có vợ con anh ở ngoài cổng đang làm giấy tờ nhập trại. Anh không tin vì nghĩ tụi này thấy anh ngồi một mình nên chọc ghẹo anh. Cuối cùng thì chúng nó túm vào khiêng anh ra tận ngoài này.

Vì nhà tôi cũng làm trong ban đại diện của trại (anh giữ mục báo chí) nên được quyền đi ra khỏi trại khi có thuyền nhân đến. Vì thế lợi dụng trong lúc anh đứng nói chuyện, những người đi cùng ghe với tôi có vài người vẫn còn giữ được nhiều vàng đã kín đáo tự động nhét vàng của họ vào túi quần của anh để khi vào trại họ sẽ xin lại, nếu không sẽ bị mất vào tay cảnh sát Thái lúc bị khám.

Khi được nhập trại, hôm ấy đúng vào ngày 1 tháng 3 năm 1979, ban đại diện đã mang đến cho mỗi gia đình (đứng chung form) những đồ dùng cần thiết như chăn mền, thức ăn và quần áo cũ v.v... Những người trong trại, đứng sau hàng rào kẽm gai từ sáng hôm nay, đã đổ xô ra chào đón chúng tôi, tiếng gọi nhau, tiếng cười nói ầm ỹ inh ỏi cả một khu tập thể. Thì ra họ đã đứng ở đó cả hàng giờ đồng hồ để đợi người mới nhập trại vào xem coi có ai là thân nhân hoặc bạn bè, người quen được đi thoát hay không. Có người gặp lại người quen, rối rít hỏi thăm tin tức ở quê nhà, có người mặt mũi tiu nghỉu đến thẫn thờ...

Trong số người đi ghe này chỉ có duy nhất ba mẹ con tôi là thân nhân trực thuộc được đoàn tụ tại đây mà thôi. Vì thế họ kháo nhau, và chỉ trong nháy mắt, tin tôi được đoàn tụ với chồng ngay tại trại tỵ nạn đã được mọi người trong trại biết đến. Ngay tại thời điểm này, đang có *những phái đoàn từ Bangkok xuống phỏng vấn đơn của người xin tỵ nạn ở đệ tam quốc gia, và có cả hãng thông tấn CBS của Mỹ đến trại lấy tin tức của người tỵ nạn, họ biết được trường hợp của tôi nên đã xin phỏng vấn và yêu cầu kể lại cuộc hành trình cho đến khi gặp lại người thân. Tôi đã nói với họ:*

- Khi ra đi, tôi không biết là tôi sẽ đến được Songkla, hay bất cứ nơi nào vì trên biển bao la làm sao tôi có thể biết được mình sẽ về đâu. Nếu may mắn còn sống sót hoặc nếu không, thì sẽ bỏ thây trên biển cả. Ấy thế mà, định mệnh đã đưa đẩy ba mẹ con tôi đến thẳng được bờ biển Songkla là nơi chồng tôi đang tạm trú. Ôi! Có nằm mơ cũng không thể tin được. Tôi nghĩ rằng Thượng Đế đã phù hộ cho tôi.

CUỘC SỐNG Ở TRẠI

Vì có nhà tôi đến trước, anh đã có nơi để trú ngụ nên khi nhập trại, tôi không phải cực khổ đi tìm người để xin tá túc, hoặc phải tự mình dựng lều. Trại tỵ nạn Songkla được thành lập ngay tại bờ biển, kể từ ngày có những thuyền nhân vượt biển đến được nơi đây. Chỗ sáng nay nơi ghe tôi tấp vào cũng không xa với trại là bao.

Có hai loại lều được phân chia, một gọi là "lô", nơi này gần với trên văn phòng, dành ưu tiên cho những người làm trên ban đại diện, giữ những chức vụ cần thiết để giúp đồng bào trong trại như ban Trật Tự, ban Báo Chí và Văn Nghệ, ban Thư Tín, ban Ẩm Thực, ban Y Tế... Tất cả đều làm với tính cách vô vụ lợi nên được trại cấp cho ở trên lô là dãy nhà xây một tầng, có mái tôn che được mưa nắng, bên trong chỉ có một sập gỗ chạy dài từ đầu lô đến cuối lô và cứ cách 10 mét thì lại có lối ra vào. Trại viên được cho vào ở tuỳ theo số lượng người đứng chung form, mà được bao nhiêu mét trên cái sập gỗ này để chỉ nằm ngủ. Còn việc nấu nướng thì phải làm ở ngoài trời. Vì thế người trong gia đình này, nằm cạnh với gia đình khác cứ san sát nhau như cá hộp. Chỉ có khi đi ngủ, căng mùng lên mới tìm thấy được một chút riêng tư cho mình mà thôi.

Lúc mới vào, chưa quen được cuộc sống chung đụng như vậy nên tôi cũng không thấy thoải mái. Nhưng riết rồi cũng phải quen. Vì ai cũng hiểu nơi này chỉ là nơi dừng chân tạm bợ. Còn đỡ hơn là phải ở dưới " lều ", trại viên phải tự mình dựng lều. Mặc dù những người trong ban trật tự có giúp bà con đóng sẵn một dãy sạp gỗ như trên lô, nhưng trại viên phải mua lá, mua bạt hoặc những tấm nylon để căng lên thành lều.

Hôm nào gặp mưa thì kẹt lắm, vì nước mưa hắt vào và dột tùm lum, nếu gặp hôm mưa to có gió mạnh thì cái gì cũng bay đi hết. Tuy nhiên được cái lợi là trước mặt lều họ được dựng một buồng tắm kiểu dã chiến cho gia đình xài, nên cũng tiện nghi lắm. Không phải đến tắm ở nơi công cộng như những người sống trên lô phải tắm trong nhà tắm tập thể. Rất may nhà tôi có quen với nhiều người dưới lều, ai cũng có buồng tắm riêng, nên chúng tôi được tắm ké cũng đỡ.

Tôi bắt đầu tập làm quen với cuộc sống mới ở trại tỵ nạn. Trại có khoảng hai ngàn người tính đến thời điểm tôi nhập trại. Mỗi buổi sáng khi mặt trời vừa ló dạng là mọi người đều nghe tiếng loa phóng thanh cất lên lời giảng đạo của ông cha Bạch. Vì cha nói hàng ngày, trại viên đã quá quen thuộc nên riết rồi chẳng ai còn để ý đến những lời giảng đạo của cha nữa. Họ thường đứng tụ tập ngay trước cổng thứ nhất. Đó là cổng để các trại viên được ra bên ngoài cổng đi chợ mua rau cỏ, thịt thà và những thứ linh tinh khác do người Thái mang đến bán. Mặc dù Cao Uỷ Tỵ Nạn có cung cấp thực phẩm cho trại viên, nhưng ngày nào cũng ăn cá và đồ hộp, ăn riết rồi ai cũng ớn lạnh luôn.

Những người có thân nhân ở ngoại quốc gửi tiền, hoặc mang được từ trong nước lúc ra đi thì không cần đến thực phẩm của Cao Uỷ. Việc mua bán chỉ diễn ra trong vòng 3 tiếng đồng hồ là chấm dứt. Vì thế ai cũng muốn mình là người đầu tiên được ra bên ngoài để mua được những thứ mình cần, hoặc là đổi tiền từ những đồng dollars Mỹ ra tiền Thái.

Ở trại có hai giai cấp rõ rệt, đó là thành phần những người có thân nhân ruột thịt ở ngoại quốc, thành phần này sống ở trại như một đế vương. Họ được ăn những thức ăn tươi, cần thứ gì là bỏ tiền mua được ngay. Họ la cà những quán ăn trong trại, nhất là những người nghiện rượu thì ăn nhậu hầu như hằng ngày. Lều họ ở lúc nào cũng oang oang máy hát phát ra đến nhức đầu.

Thành phần thứ hai là không có thân nhân, không có nguồn cung cấp, sống khép kín để đợi đến ngày đi. Người trong trại gọi đùa rằng "thành phần con bà Phước". Khi cánh cổng trại thứ nhất được đóng lại sau giờ mua bán, là lúc mọi người ngồi đầy ở khu vực văn phòng ban đại diện đợi ban thư tín đọc tên trên loa phóng thanh ai có thư gửi đến để lên nhận.

Thuyền nhân nào đã từng sống ở trại Songkla đều không thể quên được con đường chính của trại. Con đường này là chia đôi giữa lô, lều với bờ biển. Từ cổng trại đi vào bên phải là biển, và bên trái là nơi thuyền nhân sinh sống. Muốn gặp bạn bè hay tìm người quen, bạn chỉ cần đi trên con đường chính này sẽ tìm ra thôi. Nếu phải lặn lội đến tận lô hay lều để tìm thì rất ít khi gặp. Lý do dễ hiểu rằng ở lô hay lều đều nóng bức và chật chội. Họ cần phải đi ra ngoài để có gió biển và thoáng khí hơn. Chỉ khi nào đến giờ ngủ thì mới về. Hai nữa trong trại chẳng có việc gì làm, thời giờ rảnh rất nhiều, ngoài việc ôn học Anh Văn, thiên hạ thường hay ra biển ngồi hóng gió, gặp bạn bè tán dóc hoặc tắm biển....

Phải hơn hai mươi năm sau, khi đã đổ mồ hôi đi cày nơi mảnh đất tạm nhận là quê hương thứ hai này, tôi và các bạn mới thấy là cái cảnh trên đây ngày ấy nào mình đã biết gì để mà tận hưởng. Nó có khác gì cho tuần lễ ở những Resort mà tôi và các bạn đã từng đi qua. Lúc đó chắc hẳn ai cũng chỉ biết ngồi bên bờ biển để nhìn mông lung mà chưa biết tương lai sẽ đi về đâu...

Ở trại có cái kẹt là vấn đề nhà cầu vệ sinh thì phức tạp lắm. Trại có xây hai dãy nhà vệ sinh để thuyền nhân sử dụng. Nhưng vẫn không xuể với số lượng người đứng xếp hàng dài mệt nghỉ. Cứ sáng ra mỗi người xách trên tay một gàu nước để khi làm việc đó xong thì dội cầu. Có người vì không muốn chờ đợi lâu giả vờ uốn éo người để cho mọi người thông cảm để họ được đi trước. Nhưng riết rồi cái mánh lới này cũng bị khám phá ra nên những người thực sự cần phải đi theo kiểu " cấp cứu " này cũng chẳng ai thấy thương hại để nhường cho nữa.

Có một chuyện làm tôi buồn cười khi tình cờ nghe được sự đối thoại của hai trại viên. Trong lúc đứng xếp hàng chờ đợi để cho con tôi đi vệ sinh, tôi nghe được hai người hỏi nhau:

- Bây giờ mới đi thăm lăng Bác hả?

- Ừa! bị hồi sáng tui phải ra chợ...

Thắc mắc sao lại có mục "lăng bác" nào ở đây vậy. Tôi hỏi người bên cạnh thì được biết thuyền nhân trong trại đều gọi việc đi vệ sinh là đi... "thăm lăng bác..". Tôi chợt hiểu ra. Chỉ vì Bác mà thuyền nhân phải liều chết để có mặt tại đây. Ôi! Ai là người đã nghĩ ra cái ý tưởng này quả là rất "trí tuệ ".

Vào trại được vài hôm thì ba mẹ con được văn phòng Cao Uỷ gọi lên để ghép form với nhà tôi. Hai em và cháu vì còn là dưới tuổi vị thành niên nên cũng được ghép chung form. Nhà tôi đã được phái đoàn Mỹ chấp thuận chỉ đợi đến ngày có danh sách rời trại. Dù rằng anh đã được người bà con của phía bên anh đứng bảo lãnh qua Tây Đức.

Hàng tháng có những phái đoàn của những nước Tự Do trên thế giới đến trại để phỏng vấn và nhận những thuyền nhân đến nước họ định cư. Có người may mắn được nhận ngay từ phút ban đầu. Có người bị từ chối lại phải đâm đơn xin đi sang nước khác, hoặc làm đơn khiếu nại.

Mỹ là nước nhiều người xin đi vì đa số họ đã có thân nhân sang Mỹ từ hồi di tản 30 tháng 4, một số là cựu quân nhân đã cộng tác với chế độ Cộng Hoà và những người dân sự đã từng làm việc với những công ty của Mỹ, và diện cuối cùng là được Mỹ bốc nhân đạo. Khi tôi đến dĩ nhiên là được ghép form với nhà tôi đi Mỹ nên chỉ đợi đến ngày lên đường.

Nhập trại được gần một tuần, một hôm loa phóng thanh gọi tên nhà tôi lên văn phòng vì có người cần gặp. Đó là ông Trung Tá chỉ huy trưởng ty cảnh sát Thái đến thăm vì ông ta nhận được tin vợ con anh đã được đoàn tụ với anh ngay tại trại. Sự thể làm sao mà nhà tôi có sự quen biết với ông Trung Tá Thái này, thì tôi sẽ xin kể ở phần sau. Điều mà tôi biết và tin là nếu không có nhân duyên thì sẽ không có sự kết hợp với bất kỳ sự quan hệ nào.

Chính nhờ việc ông đến trại thăm nên nhà tôi đã được ông đưa ra phố để đánh điện tín báo tin về hai bên gia đình là mẹ con tôi đã thoát và hơn thế nữa đã được đoàn tụ với nhau, nếu không lại phải chờ đợi lâu hơn vì viết thư qua Tây Đức để nhờ người thân ở bên ấy đánh điện dùm. Như vậy sẽ mất thời gian tính, trong khi hai bên gia đình đang mong chờ tin tức của ba mẹ con tôi.

Khoảng gần hai tháng sau khi đánh điện tín báo tin về nhà đã thoát, thì một buổi sáng tôi nhận được tin một người em gái khác cũng đã đi thoát và hiện đang ở một đảo tên là Kuku. Đây là chuyến thứ 3 của anh chị em tôi đi thoát, kể từ chuyến thành công của chồng tôi.

Vì đảo này là một hoang đảo, nên nghe nói cảnh sát Thái sẽ mang những người này được nhập trại Songkla. Tôi khấp khởi mừng vì sự đào thoát thành công của em nhưng cũng thương em tuổi còn nhỏ mà đã phải bôn ba chạy trốn một mình.

Sáng nào tôi cũng ra phía cổng chính đứng để xem coi có ai mới được nhập trại không. Đứng đợi như thế cho đến cả tuần sau em và một số thuyền nhân khác mới được nhập trại. Không nói thì ai cũng hiểu được là chị em chúng tôi vui như thế nào. Hình như ở trại vào khoảng thời gian đó chỉ có gia đình chúng tôi là được gặp nhau ngay tại trại tỵ nạn mà thôi. Tuy rằng tàu của em không tấp vào ngay bờ biển Songkla như tôi đã đến, nhưng được gặp nhau như thế này cũng là phúc đức lắm rồi.

HOANG ĐẢO

Những đêm sau đó mấy chị em nằm trên ván để nghe em kể chuyện nhà xẩy ra sau khi tôi đi trốn. Làm chúng tôi nhớ lại khung cảnh hồi còn sống với bố mẹ dưới mái ấm gia đình, nay chỉ có mấy chị em bơ vơ trong trại tỵ nạn. Em kể sau ngày ba mẹ con tôi ra đi, ở nhà lúc ấy mong ngóng tin tức từng giờ từng ngày. Vắng mặt tôi mẹ rất nhớ, tuy có đông anh chị em, nhưng lần ra đi kỳ này mẹ mơ hồ hiểu rằng, có lẽ chuyến đi lần này sẽ là không còn gặp lại tôi nữa, cho dù thành công hay thất bại. Thỉnh thoảng lên lầu ngủ trưa, mẹ lại lấy cái băng cassette mà tôi đã thâu giọng hát của mình vào từ những ngày chưa lập gia đình ra nghe, để có cảm tưởng tôi vẫn còn đâu đấy trong căn nhà của Bố Mẹ... Nghe em kể đến đây, tôi không cầm được nước mắt, bởi cũng như mẹ nghĩ, chắc chúng tôi sẽ chẳng có cơ hội nào được gặp lại những đấng sinh thành nữa đâu.

Trở lại chuyện sau ngày tôi đi, khi không thấy báo tin là có ai bị bắt, mà thay vào đấy chị Sáu cho biết là chiếc tàu đã thoát. Dĩ nhiên tin này chị Sáu phải là người biết trước, vì có đám gia đình thân nhân của chị Sáu đi chuyến đó. Nhưng họ vẫn chưa biết là đã đến được trại Songkla.

Cho đến khi ở nhà nhận được điện tín của tôi đánh về, thì cả nhà đã vô cùng mừng rỡ. Trong thời gian đó lại là lúc Mẹ và chị lớn đi thăm nuôi anh trai tôi là sĩ quan bị đi cải tạo. Khi chị nói nhỏ vào tai anh là ba mẹ con tôi trốn đi đã thoát. Anh cười khà khà mắt ánh lên tia hy vọng, dù rằng anh chẳng biết ngày nào anh được ra khỏi nơi đây để nhìn thấy bầu trời Tự Do quang đãng.

Mà thật thế sau khi được tin tôi thoát, cả nhà đã lên tinh thần, và lại càng tin tưởng ở mối của vợ chồng chú Sáu hơn. Biết được chị Sáu sẽ có chuyến đi nữa, chị tôi đã hỏi em gái (người vừa đi thoát) là có muốn đi nữa không. Nhưng vì đã đi lần trước bị bắt và ngồi tù nên em sợ lắm. Hai nữa, chính em đã nhìn thấy cảnh mẹ tôi buồn rầu khổ sở, nhớ thương con (sau hôm tôi đi) nên em không muốn làm mẹ thêm đau lòng. Nhưng hoàn cảnh đất nước lúc bấy giờ, hỏi em còn thấy tương lai không?

Chuyến đi của em bị lạc vào đảo hoang, phải ở đó đến một tuần. Đảo này nghe nói là "thần sầu quỷ khóc", khi tàu em tấp vào đó trên đảo không một bóng người. Mặc dù bờ biển còn dấu vết của một chiếc tàu đi với diện bán chính thức đã bị hư nằm ụ ở đó. Thì ra những thuyền nhân tấp vào trước đã phải leo lên núi để trốn những tụi hải tặc vì sợ bị cướp và bị hiếp. Được những người đến trước báo tin như vậy nên những người đi tàu của em cũng phải theo họ mà trốn. Trên đường leo lên núi cao, em nhìn thấy có những đầu lâu nằm lăn lóc ở vài nơi, và thỉnh thoảng có những miếu thờ cho những người đã chết oan uổng. Nhìn cảnh này ai cũng sợ, mọi người đều cầu nguyện làm sao có tàu đánh cá nào đi ngang để được cứu vớt.

Nếu không bị hải tặc giết thì mọi người cũng bị chết đói vì không có lương thực và nước uống. Trong thời gian một tuần những người đi ghe cùng em ở đây, ban ngày đứng dọc theo bờ biển để cầu mong xem có ghe thuyền nào đi ngang thì kêu cầu cứu.

Đến buổi chiều mọi người phải leo lên núi để tìm đường trốn hải tặc. Đi đánh cá về chúng sẽ ùa vào đảo để cướp bóc và hãm hiếp. Tình trạng hết sức là cam go và nguy hiểm. Núi cao sừng sững và không có chỗ để bám víu khi leo lên, lúc leo xuống. Họ phải dùng sợi dây thừng để mỗi người bám vào với nhau mới không bị lạc. Em bảo vì vậy mà cứ khoảng 4 giờ chiều, khi vẫn còn ánh nắng, mọi người phải lo leo lên núi rồi, vì nếu trễ hơn khi trời sẩm tối sẽ không nhìn thấy được gì hết, ngoại trừ rơi vào những ngày có ánh trăng. Tình trạng như thế kéo dài đến một tuần thì những người này được tàu Hải Quân Thái đi tuần tra trên biển và cứu được mang về đất liền.

Chuyến đi của em tuy đã bị hải tặc lừa vào đảo hoang để cướp bóc và phải sống những ngày đói khát, phập phồng lo sợ trên hoang đảo, nhưng rất may ghe em không một ai bị hiếp. Có thể vì lúc đó việc vượt biên còn quá mới mẻ với tụi hải tặc, nên chúng nó chỉ nghĩ đến tiền bạc vòng vàng mà cướp của thuyền nhân thôi. Chứ thời gian sau đó, khi màn vượt biển trở nên rầm rộ thì những tụi hải tặc sau này ngoài việc cướp tiền bạc của thuyền nhân, chúng còn hãm hiếp phụ nữ kể cả giết người nếu nạn nhân phản kháng lại chúng.

Điển hình là câu chuyện mà tôi biết được ngay trong thời gian còn tạm trú ở trại. Là có một chiếc ghe bị tụi hải tặc sau khi trấn lột tiền bạc. Chúng bắt cóc bốn cô gái trẻ mang lên tàu của chúng nó hãm hiếp. Sau đó chúng đã bán cho nhà chứa để buộc những cô gái này bán dâm. Một thời gian sau họ đã may mắn trốn thoát được và chạy đến đồn cảnh sát khai báo rồi được đưa vào trại tỵ nạn Songkla.

Tại đây họ đã khai với ban đại diện là tụi hải tặc đã lấy búa bổ vào đầu người chồng, chỉ vì người vợ bị chúng hãm hiếp, và người chồng phản kháng nên đã bị chúng nó giết luôn rồi vứt xác xuống biển. Sau khi bốn cô này bị bắt mang lên tàu của chúng, họ không biết là cái ghe đó số phận đã ra sao. Cuộc vượt biển của mỗi thuyền nhân đều chất chứa những sự hiểm nguy mà không ai có thể lường trước được, ngoài sự đói khát ra. Có hơn được nhau chỉ là người nào có phước thì hoạ sẽ tránh mình mà thôi.

Viết đến đây tôi chạnh nghĩ đến một hình ảnh mà chính mắt tôi và tất cả những người ở trại Songkla vào thời điểm khoảng tháng 6 hay 7 của năm 1979. Trưa hôm ấy khi mọi người đang ngồi bên bờ biển, thì thấy xa xa ẩn hiện một chiếc ghe đang tiến về phía trại. Ai cũng tưởng đó là ghe đánh cá của dân bản xứ, nhưng càng lại gần thì mọi người đã nhận ra đó là chiếc ghe vượt biên. Vì thấy lố nhố đông người ở trên tàu, lại thêm phía trước ghe có cắm một cây sào trên có treo chiếc áo may-ô màu trắng đang bay phần phật trước gió. Thế là người trong trại đồng thanh hô hoán lên:

- Tàu vượt biên bà con ơi! Tàu vượt biên....

Mọi người đổ xô ra bờ biển. Ngay lập tức loa phóng thanh trong trại đã vang lên báo cho đồng bào biết là đang có một ghe vượt biển sắp cặp bờ. Rất may trên ban đại diện, có máy hình của một người nào đó. Họ đã chạy ra để chụp hình khi chiếc ghe này tiến sát vào bờ để làm tài liệu sau này (hình đính kèm).

Khi ghe chưa kịp cặp được bờ, thì trên ghe đã có những người thanh niên nhảy xuống bơi vào để thông báo cho đồng bào biết là trên ghe đang có người bị thương rất nặng, họ cần băng ca và bác sỹ để cứu mạng người bị thương.

Khi nạn nhân được mang ra khỏi ghe thì hỡi ôi! Mọi người nhìn thấy đó là một bé gái chỉ khoảng 14 tuổi thân thể nhuộm đầy máu, và hai cái chân của em thì lắc lẻo gần như sắp rụng ra khỏi thân mình. Tôi nhìn thấy hai người thanh niên một người bế em còn người kia thì phải chạy theo để giữ hai chân em không bị đong đưa, những giọt máu còn rỉ ra trên cát. Vừa lo di chuyển em lên đất liền và xin cảnh sát Thái cho xe cấp cứu đến ngay.

Những người trên ghe này đã kể cho chúng tôi nghe là ghe họ bị hải tặc cướp và bé gái này khi leo từ trên tàu hải tặc xuống lại ghe của em, (giống y như trường hợp ghe của tôi khi gặp hải tặc) vì chưa xuống đến nơi. Không biết là tàu hải tặc đã đâm vào ghe của em. Hay là vì sóng biển đánh mạnh nên đã xô tàu vào ghe, trong lúc em đang leo xuống vì thế em đã bị thương ở chân như vậy.

Vài ngay sau đó, người ở trại được tin em đã phải cưa bỏ đi một chân vì không thể cứu chữa được. Tội nghiệp cho em, từ nay phải mang thân tàn phế khi mà tuổi đời còn quá trẻ. Tính ra chỉ có ghe của tôi và chiếc ghe này là đến được thẳng bờ biển Songkla. Chỉ khác là ghe này tấp được ngay vào trại, còn ghe của tôi thì cách trại khoảng 20 phút lái xe. Nhưng đã được may mắn hơn ghe của em là không có ai bị thương hay bị hãm hiếp.

Sự ra đi bỏ lại quê hương đối với những người, đã từng bỏ nơi chôn nhau cắt rốn ở thời kỳ của năm di cư 1954 như bố mẹ tôi hay của những bậc đàn anh đàn chị, thì lần này quả là khủng khiếp hơn. Bởi người ra đi chỉ có mong manh bộ quần áo mặc trên người, và đã phải dứt bỏ tất cả ngoài hai bàn tay trắng để trốn sang một nước mà ngôn ngữ chỉ dùng bằng sự ra dấu. Họ có hiểu được đâu sự đau khổ tột cùng của những thuyền nhân để thay vì giúp đỡ, nhưng họ đã ra tay cướp bóc. Thậm chí còn làm hại đời của một số thiếu nữ đã không may gặp nạn. Đây chỉ là một trong số muôn vàn trường hợp xấu đã xảy ra cho những người vượt biển. Tuy nhiên những "con sâu" này không thể nói "vơ đũa cả nắm" được. Bởi bên cạnh đó, cũng còn rất nhiều người dân Thái đã có tấm lòng nhân hậu để cứu giúp thuyền nhân. Tôi sẽ đan cử một vài nhân vật ở phần sau.

Mỗi buổi tối sau giờ cơm chiều, nhà tôi cùng với vài người bạn phụ trách mục báo chí để đọc tin tức cho đồng bào trong trại nghe, để họ biết được những sự việc đang xảy ra trên thế giới và quê nhà, hoặc những tin mà trại cần loan báo cho đồng bào biết. Sau những lần đọc tin như vậy, các anh thường cho phát thanh lại những bản nhạc vàng mà trước năm 1975 đồng bào đã từng được nghe ở đài phát thanh Saigon.

Tôi nhớ nhất vào buổi tối đầu tiên khi tôi nhập trại. Sau phần tin tức, đọc truyện, tôi và đồng bào đã được các anh cho nghe lại bằng băng cassette bài "Anh ơi! Nếu đừng Dang Dở" do ca sỹ Nhật Thiên Lan hát. Trong đêm khuya, tiếng hát vang lên với những lời ca thắm thiết đã làm biết bao thuyền nhân trong trại kể cả những người có chồng có vợ bên cạnh, hay người vừa được đoàn tụ như tôi mà còn thổn thức rơi nước mắt. Huống chi những người đã phải đau lòng xót ruột khi ra đi một mình để lại người phối ngẫu và thân nhân...

Chưa hết, khi vào đến trại, sống trong một tập thể đông người đủ thành phần trong xã hội đã có rất nhiều chuyện dở khóc dở cười xảy ra. Đa số thuyền nhân đều không mang được giấy tờ tuỳ thân, hoặc có mang theo thì cũng bị mất trên đường vượt biển. Nên khi đến trại, có một số người khai với Cao Uỷ là độc thân để được ghép form với người mà họ vừa quen trong trại. Thế là người vợ hoặc người chồng còn bị ở lại VN bỗng chốc bị người hôn phối bỏ rơi một cách dã man không thương tiếc. Hoặc có những thanh niên phụ nữ muốn cùng nhau gá nghĩa nhận là vợ chồng mới lấy để được ghép form rời trại đi sớm. Nhưng rồi sau đó, "cơm không lành, canh không ngọt", họ lại vác nhau lên Cao Uỷ để được tách form, đường ai nấy đi. Những sự việc này cũng làm cho giới Cao Uỷ nhức đầu không ít.

Nếu tất cả chỉ có vậy thì thật đơn giản. Ngoài những việc trên, mỗi lần có phái đoàn ngoại quốc đến trại phỏng vấn, các anh trong nhóm đều giúp đồng bào khai form, thông dịch hoặc viết những tờ đơn khiếu nại bằng tiếng Anh. Tại đây nhà tôi được chứng kiến nhiều chuyện cũng đáng nể mặt anh hùng. Có một cựu sĩ quan đã phục vụ trong binh chủng Nhảy Dù của VNCH. Sau khi đã trả lời trôi chảy nhiều câu hỏi của phái đoàn Mỹ phỏng vấn. Người quân nhân này tưởng vậy là xong, nhưng chưa hết, người trưởng phái đoàn lại bồi thêm câu hỏi như thể là chưa tin hẳn vào lời khai của anh này:

- Anh đã từng sử dụng súng loại nào? M16 hay colt, tiểu liên, đại liên?

- Là cấp chỉ huy tôi phải biết tất cả.

- Vậy M16 có bao nhiêu viên đạn? Đại liên có bao nhiêu?

Thay vì trả lời câu hỏi, đến nước này người cựu quân nhân đã không kìm được sự tức giận, anh giật lấy tờ đơn trong tay người Mỹ phỏng vấn và tuyên bố:

- Tôi không cần đi Mỹ!!!

Thế là anh đứng dậy và bước ra khỏi phòng trước sự ngạc nhiên của phái đoàn Mỹ, và người thông dịch cùng những người có mặt chung quanh. Người quân nhân này hành xử như vậy vì anh có lý của anh. Bởi trưởng phái đoàn Mỹ là một người chỉ có quyền mà không có tư cách.

Phỏng vấn thuyền nhân mà ông ta ngồi phanh ngực áo, để lộ ra bộ ngực trần với đầy lông lá, mặc cái quần short ngắn như thể ông ta sắp sửa đi bơi.

Vẫn biết là thời tiết ở các nước Á Châu luôn luôn là nóng, nhưng ít ra ông ta cũng phải ăn mặc cho hợp với chức vụ của mình. Mỗi khi có người vào để được phỏng vấn ông ta hay nạt nộ, coi thường thuyền nhân, như thể ông ta là người nắm quyền sinh sát trong tay. Điều này người trong trại ai cũng biết. Nhưng đa số ai cũng muốn nhắm mắt làm ngơ "nín thở qua sông" để mình còn được sớm đi định cư ở nơi mình muốn. Nhưng bên cạnh đó cũng vẫn còn một số người mang tính cách "tự ái dân tộc" thấy cần phải chấm dứt những hành động trên của người trưởng phái đoàn Mỹ này như anh quân nhân nhảy dù đã làm.

Câu chuyện đã dẫn dắt đến một hôm nhà tôi đang phụ giúp đồng bào để vào phỏng vấn. Có hai cha con thuyền nhân kia đi ra với vẻ mặt lo lắng. Gặp nhà tôi, người cha đã than:

- Có lẽ tôi bị từ chối đi Mỹ cậu ơi! Nếu bị từ chối cậu làm ơn viết đơn khiếu nại giùm tôi nghen.

- Phái đoàn Mỹ nói sao mà bác nghĩ như vậy?

- Vì khi vào phỏng vấn tôi thấy cái ghế để trước mặt ông Mỹ trưởng đoàn, tôi ngồi xuống để trả lời những câu hỏi như người đến trước đã làm. Nhưng khi vừa ngồi xuống thì ông Mỹ đã đập bàn nạt tui là tại sao ông ta chưa cho phép ngồi mà tui đã dám ngồi...

Nghe qua như vậy nhà tôi đã thấy bất mãn với hành động của người trưởng phái đoàn Mỹ. Bởi vì cũng ngày hôm qua mọi người đều biết câu chuyện xảy ra cho một thuyền nhân khác khi được vào phỏng vấn. Tuy thấy cái ghế trước mặt, nhưng người này lại không dám ngồi mà cứ đứng xớ rớ với vẻ lúng túng sợ sệt, thì người trưởng phái đoàn Mỹ đã quát lên:

- Tại sao có ghế để đó không ngồi mà đứng xớ rớ vậy?

Người được phỏng vấn vội vàng ké né ngồi xuống. Sự việc này dĩ nhiên đã được loan truyền đến những người phỏng vấn đi sau để họ biết mà không bị vấp phải. Thế nên hôm nay hai cha con ông này sợ rơi vào trường hợp trên, nên đã ngồi xuống thì lại bị nạt nộ.

Nhà tôi thấy người VN cần phải tỏ thái độ để cho người Mỹ này biết chúng tôi chỉ mất miền Nam VN, nhưng không đánh mất lòng tự trọng, và danh dự. Vì bất mãn những chuyện như vậy, và chứng kiến những hành động thô lỗ, coi thường thuyền nhân của người trưởng phái đoàn Mỹ mà anh gọi là " tên đồ tể " nên anh đã quyết định là không đi Mỹ nữa. Sau này khi đã định cư tại đệ tam quốc gia, tôi mới thấy là quyết định này của anh không biết là do anh sáng suốt, hay đây cũng là định mệnh sắp xếp cho chúng tôi.

ĐỊNH CƯ và ĐỊNH MỆNH

Sau khi quyết định huỷ việc đi Mỹ, nhà tôi đã nghe lời thuyết phục của người bà con của anh đã đi du học và lập nghiệp ở Tây Đức từ hồi đệ nhị Cộng Hoà. Anh này đã gửi giấy bảo lãnh cho nhà tôi từ lúc nhập trại như tôi đã kể trên. Anh cho biết cuộc sống ở Đức rất phong phú. Những người tỵ nạn sang đó được chính phủ lo cho rất chu đáo. Mà thật thế ở trại có những thanh thiếu niên không có thân nhân đi theo, và cũng không có thân nhân sống ở ngoại quốc. Người ở trại gọi là "con bà phước", và những người tàn tật đều được Tây Đức nhận và đối xử rất tử tế. Họ gửi thư về trại kể cho bạn bè nghe như vậy.

Trái lại những người đi định cư ở Mỹ viết thư về kể thì đa số không được chu đáo như thế đâu. Ngoại trừ những người đã có thân nhân ruột thịt thì không nói làm gì. Tuy chưa sống ở nước nào hết mà chỉ nghe qua những thư từ của người đi trước gửi về mà tôi biết vậy thôi. Nhưng trước mắt, nhìn sự đối xử của trưởng phái đoàn Mỹ, thì mọi người cũng hiểu. Trong khi những phái đoàn của các nước khác, như Đức, Pháp, Úc, Canada họ rất lịch sự, phỏng vấn thuyền nhân với một sự niềm nở thoải mái mà không coi thường. Thế là việc định cư ở Tây Đức đã được chúng tôi đồng ý.

Chuyện định cư của tôi cũng hy hữu không kém với cuộc hành trình trên biển. Một hôm lên văn phòng ban đại diện để tìm chồng tôi có việc cần. Trong thời gian này đang có sự hiện diện của phái đoàn Canada và Pháp đến trại phỏng vấn và làm giấy tờ. Tìm nhà tôi chưa thấy. Nghĩ có lẽ anh đang bận ở bên trong nên tôi đứng chờ anh ở phòng bên ngoài. Đứng một hồi cảm thấy mỏi chân, thấy cái ghế trống để gần đó nên tôi ngồi xuống. Được một lát thấy một bà đầm đi về phía tôi ngồi, nhìn quanh quất rồi mỉm cười với tôi. Tôi chợt hiểu và cất tiếng hỏi bà trong tư thế dợm đứng dậy:

- Chỗ ngồi này là của bà, phải không?

Bà mỉm cười gật đầu và ra dấu bảo tôi cứ ngồi đi. Nhưng tôi vẫn đứng dậy để trả lại chỗ ngồi cho bà:

- Xin lỗi, tôi không biết.

- Cô làm việc ở trên này à?

- Dạ không. Chồng tôi làm, tôi lên tìm anh ấy.

Thấy tôi nói được chút tiếng Anh, bà bắt chuyện với tôi, hỏi tôi tên gì, nhập trại đã được bao lâu, và tôi đã được nước nào chấp thuận chưa. Bà giới thiệu với tôi bà là vợ của Mục Sư. Vợ chồng bà đi theo phái đoàn Canada đến trại tỵ nạn để truyền đạo. Tôi kể cho bà nghe là đáng lẽ tôi đi Mỹ, nhưng sau đổi lại đi Tây Đức. Bà hỏi tôi sao không đi Canada. Vì quốc gia của bà là một nước Tự Do Dân Chủ. Cuộc sống của người dân được chính phủ lo cho rất đầy đủ, nhất là vấn đề sức khoẻ. Ngày ấy tôi nào có biết về mục này. Vì trong số người ở trại đã đi định cư trước tôi, không nghe ai nói về cuộc sống ở Canada, chỉ biết nước này là một nước lạnh quanh năm suốt tháng mà thôi. Tuy nhiên tôi cũng gật gù như thể công nhận lời của bà rồi mỉm cười ngập ngừng:

- Nhưng nước Canada thì lạnh quá.

Bà trấn an tôi:

- Lạnh thì cũng có lạnh, nhưng ở lâu rồi sẽ quen. Hai nữa mùa Đông thì chỉ có 3 tháng thôi. Ở nước tôi có bốn mùa, mùa nào cũng có cái đẹp của nó.

Rồi bà say sưa kể thêm về một vài câu chuyện có dính dáng đến bốn mùa ở nước bà, mà tôi nghe chỉ hiểu lõm bõm thôi. Tôi nghĩ bụng:

- Tiếng Anh của tôi đâu đã thông thái như thế mà bà cứ thao thao bất tuyệt...

Để kết luận cho câu chuyện, bà hỏi tôi:

- Vậy cô có muốn đi Canada không, để tôi nói người trong phái đoàn cho cô tờ đơn.

Nói xong chưa kịp cho tôi trả lời, bà quay sang người đàn ông da trắng ngồi ở bàn với nhiều tập hồ sơ và trao cho tôi tờ đơn. Tôi vì sự cả nể đối với bà trong câu chuyện mà chúng tôi đã trao đổi. Lại thấy bà đầm này cũng tử tế có thiện cảm, nên tôi đã nhận tờ đơn từ tay bà vì không muốn làm bà mất hứng. Bà còn hỏi tôi có thời gian không để ngồi lại viết đơn. Nhưng tôi nói với bà là tôi phải về. Trước khi chia tay, bà còn dặn dò tôi là bà chỉ ở đây thêm một ngày nữa thôi, tôi về điền đơn xong thì mang lên nộp.

Trên đường về lại lô. Tôi định vứt tờ đơn đi, vì nghĩ chúng tôi đã làm giấy tờ xong xuôi để đi Tây Đức rồi, không biết nhà tôi có chịu thay đổi không. Hai nữa nếu phải thay đổi nước định cư thì lại mất thêm thời gian tính. Tuy nhiên tôi vẫn mang câu chuyện gặp bà đầm này kể lại với nhà tôi.

Sau khi nghe tôi kể, nhà tôi vẫn giữ ý định đi Tây Đức không muốn thay đổi, (điều này tôi đã đoán trước) nên đã không điền tờ đơn đó. Tôi nghĩ đến sự tử tế và quan tâm của bà đầm này trong buổi gặp gỡ tình cờ lúc trưa nay. Dù nhà tôi không muốn điền đơn, mà tôi lại là người điền tờ đơn đó. Vì thế chủ hộ đã là tên tôi.

Hôm sau tôi mang tờ đơn lên nộp, cốt gặp được bà để bà biết là tôi đã không phụ lòng tử tế và nghe theo lời "rao giảng" của bà về một nước Canada tốt đẹp. Nhưng trong đơn, tôi không kèm theo hình của gia đình. Tôi chủ làm như vậy để đơn tôi không được cứu xét. Vì làm đơn xin đi nước nào là phải có hình, nếu không thì kể như tờ đơn đó không hợp lệ. Vậy mà trước khi rời trại, người trong phái đoàn đã cho gọi tôi lên nói là đơn còn thiếu hình. Tôi trả lời bừa là tôi không có tiền để chụp hình, có gì tôi sẽ bổ túc sau. Nói vậy để cho xong, chứ tôi biết họ sẽ vứt đơn tôi vào thùng rác vì không hợp lệ. Hai nữa chúng tôi đã quyết định đi Tây Đức thì chắc chắn phái đoàn Canada hay phái đoàn nào khác cũng sẽ không nhận chúng tôi nữa đâu. Tôi nộp đơn chỉ vì muốn trả lễ sự tử tế với bà đầm này mà thôi, cũng để cho bà khỏi mất hứng. Vì người xét đơn là trưởng phái đoàn Canada chứ không phải là bà đầm vợ ông mục sư.

Ấy vậy mà một tháng sau, tên tôi có trong danh sách của phái đoàn Canada gửi xuống trại, để những người này được đi lên Bangkok khám sức khoẻ trong vòng một tuần lễ nữa. Khi nghe tên tôi trên loa phóng thanh, chúng tôi ngỡ ngàng. Nhà tôi vội chạy lên ban đại diện để tìm hiểu hư thực, thì quả đúng là vậy. Tôi tưởng là không kèm hình thì đơn đâu có được chấp thuận, vậy mà nó đã xảy ra. Bây giờ Canada gọi trước khi Đức gọi thì kẹt quá. Lý do là chúng tôi đã chuẩn bị mọi thứ để đi định cư ở Tây Đức. Những túi xách, valy của chúng tôi đều viết địa chỉ nơi này, và chỉ đợi khi có danh sách của phái đoàn Đức gửi xuống thì sẽ đi thôi.

Luật của trại là khi có tên trong danh sách của phái đoàn gửi xuống thì trại viên đó phải rời trại như ngày đã ấn định. Thế là anh phải chạy đến văn phòng Cao Uỷ để xin khiếu nại. Một mặt phải liên lạc với ông Trung Tá cảnh sát Thái mà đã đến trại thăm chúng tôi để nhờ ông có cách nào giúp, để tụi tôi được ở lại trại cho đến khi phái đoàn Đức có danh sách.

Trước sự việc xảy ra như vậy, những bạn của anh ở trại người sẽ đi Mỹ, người sẽ đi Canada đều xúm lại thuyết phục anh nên thuận theo những gì đã đến với mình. Canada gọi đi trước thì cứ đi. Sau này bạn bè có muốn thăm nhau thì cũng dễ dàng vì cùng định cư ở Bắc Mỹ. Nể lời những người bạn và riêng tôi thì tin là tất cả những gì xảy ra với mình, dù tốt hay xấu, đều do số mệnh an bài hết. Không phải cái gì muốn mà mình sẽ đạt được, và cái gì mình không nghĩ đến thì nó lại dẫn đến. Nên tôi đã nói nhà tôi là không cần phải khiếu nại, mà cứ chấp nhận lên đường đi Canada. Quyết định như vậy, thế là chúng tôi lại phải xoá tẩy hết địa chỉ Tây Đức đã viết ở ngoài valy.

Lại một lần nữa chúng tôi lại phải từ bỏ thêm một quốc gia mà ban đầu tưởng là sẽ nhận nơi này để lập nghiệp. Sự từ bỏ đi Tây Đức đã kéo theo sự ân hận của nhà tôi với một gia đình người Việt. Gia đình này thời gian ở trại rất thân thiết với nhà tôi, vì hay nhờ anh giúp đỡ việc giấy tờ, thông dịch. Ông từng là chủ tiệm may âu phục ở Saigon. Khi đến trại ông sinh sống bằng cách nhận may quần áo cho những người rời trại đi định cư, nên cuộc sống ở trại của ông rất sung túc. Gia đình ông đã được chấp thuận đi Mỹ, vì được bốc nhân đạo. Khi thấy nhà tôi bỏ Mỹ để đi Tây Đức, ông cũng bắt chước làm theo, một phần cũng vì tình cảm quý mến nhà tôi. Ai ngờ đâu đến phút chót việc định cư của chúng tôi lại bị thay đổi. Thế là gia đình ông đành phải đi Tây Đức một mình không có chúng tôi làm hàng xóm.

Chúng tôi rời trại trước ông nên không biết cuộc sống của gia đình ông thế nào. Bây giờ mỗi lần nhắc đến việc ở trại, nhà tôi vẫn còn áy náy về chuyện này. Thế mới biết trên đời này hợp hay tan đều có nhân duyên của nó. Việc tôi đi định cư nếu không do bàn tay định mệnh thì ai là người trong cõi nhân gian này đã sắp xếp cho tôi? Có thể nhiều người không tin vào mệnh số. Nhưng câu chuyện của tôi trên đây chắc phải thuyết phục được những người này.

Một tuần lễ sau khi có danh sách của phái đoàn Canada gửi xuống trại, để làm thủ tục lên đường đi Bangkok là nơi chuyển tiếp. Ngày rời trại cũng đã làm tôi xao xuyến, bâng khuâng. Dù không muốn ở lại nơi tạm trú này lâu hơn nữa, nhưng dù sao trong những tháng vừa qua, nơi đây đã cưu mang tiểu gia đình chúng tôi nói riêng và toàn thể thuyền nhân nói chung ai mà chẳng thấy lòng nao nao cảm động khi phải rời xa nó. Trước hôm rời trại, chúng tôi đã chuyển giao lại tất cả quần áo, chăn mền, kể cả nồi niêu xoong chảo, bát đĩa,..v.v.. nói chung là những vật dụng cần có cho những người ở lại.

Buổi tối trước hôm đi, bạn bè trong trại đã mời chúng tôi ăn bữa chè chia tay. "Tập tục" này đã có từ ngày hình thành trại tỵ nạn, tôi nghe kể như vậy. Không hiểu ai là người đầu tiên chế ra màn ăn chè chia tay này. Theo tôi suy luận ra có thể vì ở trại không có tiền nhiều. Bạn bè hàng xóm đã sống cùng với nhau những tháng ngày lưu lạc. Thiếu hụt vừa vật chất lẫn tinh thần, nên ngày tiễn nhau về miền đất hứa, cùng nhau ăn một bát chè ngọt ngào tình đồng hương, tưởng cũng đủ để nói lên tình cảm của cả người ở lẫn kẻ đi. Thế là mỗi lần có ai rời trại, buổi tối cuối cùng bao giờ cũng là màn ăn chè với bạn bè và hàng xóm. Buổi sáng trước khi lên xe bus, chúng tôi cũng đã chụp hình chung với bạn bè còn ở lại để kỷ niệm và đánh dấu chặng đường lưu lạc từ đây...

TRẠI CHUYỂN TIẾP

Từ trại Songkla lên đến Bangkok phải mất hơn một ngày đường. Ngồi trên xe bus với chồng con và các em. Tôi liên tưởng đến lần mấy mẹ con tôi ngồi xe đò đi xuống vùng vượt biển với tâm trạng lo âu và hoang mang vì sợ bị bắt. Hôm nay cũng trên chuyến xe, dù chỗ ngồi được thoải mái, đi trên những con đường mà hành khách không sợ có những ai đó huýt còi để xét giấy hay hạch sách để bắt bớ, sao lòng tôi vẫn thấy nặng trĩu tâm tư. Phải chăng vì mỗi lần di chuyển là lại thêm một khoảng cách xa dần với quê hương tôi. Bởi lần ra đi này có lẽ sẽ là biền biệt....

Tôi nhớ đến những câu chuyện trao đổi giữa mẹ tôi với những người khách hàng của bà trong quá khứ. Họ than với mẹ tôi là vì cuộc sống khó khăn mà họ đã phải bỏ xứ miền Trung của họ để vào Saigon lập nghiệp, kiếm cơm. Trong những lời kể chuyện như vậy tôi đọc được sự đau khổ của họ khi phải bỏ xứ ra đi. Mà giữa miền Trung với miền Nam nước tôi thì có là bao xa, bởi vẫn còn là đất nước quê hương mình, vẫn còn là trên đất Mẹ. Nếu so sánh với trường hợp của tôi, và với bao thuyền nhân khác, thì sự bỏ nước trốn đi để tìm một nơi có Tự Do Dân Chủ. Lấy nước người làm chỗ dung thân thì quả thật chúng tôi đã mang trong lòng vết thương quê hương rất nặng.

Khi lên đến trại chuyển tiếp ở Bangkok, mọi người đều phải khám sức khoẻ trước khi lên đường đến nước đệ tam. Riêng phần gia đình tôi thì việc trước tiên là phải đi chụp hình, và sau đó mới là khám sức khoẻ. Vì như tôi đã kể ở trên, đơn của tôi đã không kèm theo hình ngay từ lúc nộp.

Trại chuyển tiếp là một Hotel có 4 tầng lầu. Nơi đây trại viên không phải tự nấu ăn, mà việc ẩm thực là do ở Hotel cung cấp. Vì thế mỗi sáng, sau khi thức dậy, ai có tiền thì tự mình lo liệu bữa điểm tâm, còn không thì cứ khoảng 10 giờ sáng là trại viên bắt đầu đứng xếp hàng để nhận phần bữa cơm trưa. Tổng cộng có khoảng vài trăm người, nên muốn ăn bữa trưa cho đúng bữa thì 10 giờ sáng đã phải xếp hàng để đến khi nhận được phần ăn thì là vừa đúng giờ cho bữa cơm trưa, nếu xếp hàng trễ giờ hơn thì thường phải đến quá giờ trưa mới được no bụng. Vì thế những người Thái lo việc nấu ăn này họ đã bắt đầu nấu ăn ngay từ 8g sáng thì mới kịp, vì phải nấu làm nhiều lần.

Vừa xong bữa cơm trưa là họ đã phải sửa soạn nấu bữa ăn chiều ngay sau đó. Và khoảng bắt đầu 4g chiều là trại viên đã phải đứng xếp hàng rồi, tuỳ theo người nào mau đói thì xếp hàng trước. Có người xếp hàng từ sớm đến khi họ ăn xong, lại thấy đói, họ lại nối đuôi xếp hàng tiếp để được ăn thêm lần thứ hai. Việc ăn thêm không bị cấm đoán, nếu đói thì cứ việc xếp hàng, họ vẫn phục vụ như thường. Bởi thế ở trại chuyển tiếp chỉ có hai việc là đứng xếp hàng cho mục ăn uống hàng ngày, và việc đi đến nhà thương để khám sức khoẻ là mất hết thời gian. Tuỳ theo sức khoẻ của mỗi người mà kết quả lâu hay mau. Có người vì phổi bị yếu hay có tì vết gì đó nên bị gọi tới gọi lui để tái khám, họ đã phải tiêu thời gian chờ đợi cả ngày ở nhà thương.

Trong khoảng thời gian hơn một tháng ở trại chuyển tiếp này, tôi không bao giờ quên được những đêm mất ngủ ngồi canh thằng con út ốm liên miên, mỗi lần sốt cao là nó lại làm kinh, mắt trợn trắng lên, chân tay co giựt. Tôi sợ lắm, có những đêm vợ chồng phải thay phiên nhau để ngồi canh nó, vì chỉ sợ khi nó làm kinh sẽ cắn phải lưỡi. Có một lần vì cuống quýt và quá sợ hãi, tôi đã hấp tấp đút ngón tay vào miệng nó và nó đã nghiến ngón tay tôi bị thương. Tuy thân đau, nhưng tâm tôi không lo lắng vì ít ra tôi cũng bảo vệ được sự an toàn mạng sống cho con.

CHUYẾN ĐI CỦA NHÀ TÔI

Như tôi đã nói ở phần trên, chuyện vượt biển lần 2 của nhà tôi cũng phiêu lưu vô cùng, tôi chỉ xin kể vắn tắt để mang dữ kiện đến gần việc vì sao nhà tôi đã gặp được ông Trung Tá Cảnh sát trưởng tỉnh N... (Xin giấu tên)

Ngày 4 tháng 1, 1979 -Rời Saigon đi Rạch Giá

Ngày 5 tháng 1, 1979 -Xuống ghe nhỏ ra ghe lớn.

Ngày 6 tháng 1, 1979 -Không gặp ghe lớn, phải quay lại đất liền, trốn trong rừng.

Buổi sáng hôm ấy, trời còn tối mù bọn anh được ghe nhỏ đưa ra ghe lớn. Trên đường đi đều trót lọt, nhưng khi ra đến địa điểm thì không gặp ghe lớn. Cả mấy chiếc ghe nhỏ đậu nhốn nháo đợi chờ. Chờ khoảng một tiếng vẫn không thấy động tĩnh gì. Các tài công ghe nhỏ vì sợ bị bắt nên bắt buộc phải giải tán vì sợ động và họ không dám mang những người trên ghe trở lại chỗ cũ vì sợ lộ. Họ chỉ đưa đi một quãng ngắn và bắt mọi người trên ghe phải nhảy xuống sông và lội vào đất liền. Lúc ấy trời vẫn còn tối, giơ bàn tay lên còn không thấy thì làm sao mà biết lối để mò về. Khi xuống Rạch Giá nhà tôi có người dẫn đường, bây giờ bảo mọi người tự mình tìm đường về thì biết lối nào mà về. Nhưng dù muốn dù không nhà tôi cũng bắt buộc phải rời ghe nhỏ.

Khi nhảy xuống khỏi ghe nhỏ, nước sông và bùn sình lầy ngập đến tận cổ, và cứ thế mạnh ai nấy chạy để thoát thân. Nhà tôi hoàn toàn không có định hướng là mình đang ở đâu, anh chỉ nhắm vào nơi có ánh đèn điện xa xa mà đi về hướng đó. Vừa lội bì bõm dưới bùn sâu, anh vừa cầu khấn Đức Phật Quán Âm để xin ngài chỉ đường dẫn lối cho anh về được đến chợ Rạch Giá. Có những khúc anh lội qua nhà dân, tiếng chó sủa ầm ỹ làm anh thất đảm, chỉ sợ lần này mà bị bắt nữa thì đời kể như bế mạc. Trong đêm khuya anh cứ đội cái túi xách của anh lên đầu. Vì sợ nước sông sẽ làm ướt hết quần áo trong đó, và vừa lội anh vừa cầu khấn với một sự thành tâm nhất niệm.

Nhiệm mầu thay! Sau đó anh đã tìm được lối ra con đường cái. Có xe lam và xe lôi chạy trên đường, như thể có ai đó đã dẫn dắt anh đi. Anh đứng cạnh con lộ để đón xe, miệng làm bộ huýt gió bài "Như có Bác Hồ..." để đóng kịch với những nhà dân gần đó, kiểu như anh là người đi "thanh niên xung phong" về. Vì nếu không che đậy như vậy thì anh dễ dàng bị tụi công an, bộ đội nhận diện khi toàn thân anh đều ướt sũng bùn lầy, và dáng dấp thì không phải là dân miền tỉnh. Anh ngoắc được một chiếc xe lam đã chở đầy người trên đó, nhưng không hiểu sao bác tài xế lại ngừng để đón anh. Ông ta hất hàm về phía bên cạnh ông ta đang giữ tay lái, ngụ ý là chỉ còn chỗ này trống cho anh mà thôi. Khi ngồi được bên cạnh, bác tài xế đã ghé tai nhà tôi hỏi nhỏ:

- Có phải vượt biên không?

Không hiểu tại sao lúc đó nhà tôi lại không giấu, mà nhìn sang bác tài xế nhẹ gật đầu và nói nhỏ:

- Tôi không còn tiền. Xin bác làm ơn cho quá giang về chợ Rạch Giá.

Có lẽ ngạc nhiên về sự thành thật của nhà tôi. Hay bác tài đây cũng mang chung tâm trạng căm ghét của một người dân bị tước mất quyền Tự Do, nên cứu được người nào thì tốt cho người đó. Bác đã nhỏ giọng nói với nhà tôi:

- Cứ ngồi yên đây, tôi sẽ chở cậu ra đó.

Trước khi xuống xe, nhà tôi đã ân cần nắm tay người tài xế này để tỏ sự biết ơn là ông ta đã không đi trình báo với công an, hay làm tiền nhà tôi mà còn giúp đỡ về đến nơi anh muốn đến.

Tại chợ Rạch Giá, anh hoàn toàn không biết mình sẽ đi về đâu. Anh cố moi trí nhớ xem coi là hôm qua khi theo chân người dẫn đường đến nhà Phát. Là nơi anh tạm nghỉ ở đó trước khi được đưa xuống ghe, xem coi anh đã đi qua những đoạn đường nào, nhưng tuyệt nhiên anh không thể nhớ được. Vì thứ nhất khu chợ rất đông đúc và nhiều lối ngõ, thứ hai là lúc anh đến là buổi chiều tối, cho dù có muốn chú ý nhận định từ lúc ban đầu thì chắc gì vẫn còn nhớ được.

Ấy thế mà, từ lúc bị tài công bỏ ngang đường. Anh luôn nhất tâm niệm Phật Quán Thế Âm, cầu xin Đức Phật đưa đường chỉ lối cho anh về được đến nhà Phát. Vì phải về nhà Phát thì anh mới bắt liên lạc được với vợ chồng chú Sáu. Và cuối cùng thì anh về đến ngay nhà của Phát, y như có người bịt mắt dẫn đường cho anh. Nếu như không *nhờ phép nhiệm mầu thì làm sao anh có thể mò về được đúng căn nhà mà anh muốn đến?*

Khi đến trước cửa, anh như bừng tỉnh cơn mê khi nhận ra phía trước cửa có cái xe ba gác đã bị hư một bánh còn gác lên một bục gỗ. Đó là cái mấu chốt duy nhất mà anh còn nhớ được đây là nhà của Phát. Anh đưa tay gõ cửa, thì chính Phát là người đi ra mở cửa và đầu của hắn đã cạo trọc. Nhìn thấy anh, Phát ngạc nhiên hỏi làm cách nào anh về được đến đây. Anh cho biết là chính bản thân anh cũng không biết, mà chỉ biết là vừa đi vừa cầu khấn Phật Quán Âm chỉ lối dẫn đường mà thôi. Phát nói với anh:

- Em cũng may mắn chạy thoát không bị bắt. Em đã khấn xin về được đến nhà sẽ cạo đầu xuống tóc để tạ ơn.

Việc Phát về đến nhà, đó là chuyện bình thường vì Phát là người cư ngụ vùng này. Chỉ may mắn là đã không bị công an tóm lúc tài công thả trên sông. Còn nhà tôi về đến nhà Phát thì đó quả là phép lạ. Chính người trong cuộc cũng không tin là mình có thể làm được chuyện này, và nó đã xảy ra.

Ngày 8 tháng 1, 1979

Ở nhà Phát được hai ngày thì nửa đêm về sáng anh được người của chị Sáu dẫn ra ghe. Nghe nói vì sợ bị động, nên ghe lớn đã không dám xuất hiện vào cái đêm phải bỏ về. Và hôm nay thì mọi người mới quay trở lại. Viết đến đây tôi chợt nhớ đến lời của ông thầy bói đã giải cái quẻ mà mẹ tôi đã đi xin cho nhà tôi trước hôm đi. Quẻ nói rằng: "Tiền hung, hậu kiết". Cho đến bây giờ nhà tôi cũng không biết là có ai bị bắt vào cái buổi tối hôm ấy không, nếu họ xui xẻo bị công an tóm trong lúc bì bõm lội vào bờ.

Ngày 10 tháng 1, 1979

Lên được ghe lớn ra khơi được hai ngày thì tàu nhà tôi gặp hải tặc. Cũng như bao ghe khác, ghe anh cũng bị cướp sạch. Chỉ trong một ngày mà bị cướp đến hai lần, nhưng rất may mắn là không ai bị hành hung hay cưỡng hiếp. Cả hai lần cướp anh đều không bị mất chiếc nhẫn cưới mà anh đeo ở tay. Chiếc nhẫn này quả là may mắn đã thoát được sự lục soát của tụi Công An lúc anh bị tù. Và trong chuyến đi lần 2 này với tụi hải tặc. Khi bị tàu hải tặc cướp, chúng bắt mỗi thuyền nhân phải nộp tất cả vòng vàng tiền bạc cho chúng. Ai tìm cách giấu diếm nếu bị chúng khám phá sẽ bị đánh đập y như chuyến của tôi. Vậy mà nhà tôi đã dám bỏ chiếc nhẫn này vào miệng để giấu. Khi thấy thằng hải tặc bắt người kia há miệng để chúng kiểm soát, anh đã thấy không thoát rồi. Nhưng đến khi anh đưa cho nó chiếc đồng hồ của anh thì nó không bắt anh há miệng ra nữa. Thật là hú vía! Khi đã hồi tâm nghĩ lại, anh thấy quả là anh đã dại khi hành động như vậy. Bởi nếu nó bắt anh há miệng thì chắc chắn anh sẽ bị chúng hành hung.

Qua ngày hôm sau thì ghe anh bị hư máy, tài công phải chạy bằng máy đuôi tôm. Rồi giông bão ập đến, sóng đánh con tàu của anh có lúc tưởng như chìm nghỉm. Nước tràn vào tàu nên những người thanh niên đi một mình như anh phải vừa tát nước khỏi ghe vừa phải phụ giúp với tài công để lèo lái con tàu. Trong khi những người đàn ông khác đi cùng với gia đình vợ con họ thì họ lo ăn uống tiếp tế đồ ăn cho người thân của họ. Còn những người ra sức tát nước thì đói meo và chẳng được nghỉ tay. Nhiều người thấy bất mãn cho hạng người này. Sống ích kỷ chỉ biết lo cho bản thân họ mà không nghĩ đến người khác.

Ngay lúc ra đến hải phận quốc tế, họ đã cắt cổ một con gà để làm thịt ngay trên tàu cho đám gia đình họ ăn. Có lẽ họ nghĩ là bà con với chủ tàu nên họ có được cái quyền làm như vậy chăng? Trên tàu có người phàn nàn là họ không nên sát sinh như vậy. Nhất là trong việc trên đường đi trốn, vượt biển này, mọi người phải nên làm nhiều điều lành, điều thiện thì mới mong gặp được điều may mắn. Nhưng tiếc thay một số người đã không có được cái sự hiểu biết như vậy.

Ngày 11 tháng 1, 1979

Chạy bằng cái máy đuôi tôm. Tàu của anh lết được đến sáng ngày hôm sau thì kiệt quệ, không chạy tiếp được nữa phải tấp vào một nơi mà có lẽ là một làng đánh cá của thổ dân Thái cũng rất gần với biên giới của Mã Lai. Tại đây tàu anh trú được hai ngày, cũng được dân làng mang đồ ăn và nước uống đến tiếp tế. Vì là làng chài lưới, nên dân tình ở đây cũng nghèo lắm. Nghèo đến nỗi anh phơi cái quần jean lúc ban đêm, sáng ra thấy đã mất rồi.

Sang ngày thứ ba cảnh sát Thái đến gặp nhóm người của tàu anh. Họ gom mọi người lại và chở tới đồn cảnh sát để gặp ông cảnh sát trưởng. Nơi đây là một khu nghỉ mát của dân Thái nên trong khi thuyền nhân ngồi ở ngoài sân đợi cảnh sát lấy lời khai, tàu anh cũng được những dân du lịch Thái mang đồ ăn nước uống đến tiếp tế. Phải nói là chưa bao giờ anh được uống một lon Coca và ăn miếng bánh Sandwich ngon đến như vậy.

Đợi đến gần cả một tuần thì tin xấu đã được loan báo từ ông Trung Tá cảnh sát trưởng ở tỉnh này. Là ông được lệnh từ cấp trên không được tiếp nhận thuyền nhân và bắt buộc mọi người phải trở lên tàu ra khơi để đi nơi khác. Mọi người sợ hãi quá xin ông đừng đuổi họ ra khơi vì chiếc ghe đã bị hư hại quá nhiều, không thể tiếp tục chạy được nữa. Nhưng ông ta bảo đó là lệnh cấp trên, ông phải thi hành thôi. Mặc dù ông ta rất muốn giúp đỡ, nhưng "hữu tâm vô lực".

Nhìn ông Trung Tá cảnh sát trưởng một cách thành khẩn, nhà tôi đã đại diện nhóm của anh để cầu xin ông giúp đỡ. Lý do là chiếc ghe đã hư hỏng nặng. Nó lết được đến đây cũng là phúc đức lắm rồi. Đồng bào trên tàu đa số là đàn bà và trẻ em đang bệnh hoạn và đói khát, chỉ mong đến được đất liền để tạm trú mà thôi. Bây giờ nếu phải bị đày ra khơi lần nữa thì chắc chắn số người này sẽ phải bỏ thây trên biển. Ông im lặng một hồi lâu và nói với nhà tôi để ông suy nghĩ tìm ra giải pháp và sẽ cho nhà tôi biết.

NHỮNG TRÁI TIM BỒ ĐỀ

Ông Trung Tá Cảnh Sát Thái

Trong thời gian chờ đợi này, mọi người ai cũng hết lòng tùy theo tín ngưỡng của mỗi người mà thành tâm cầu xin là được chấp thuận ở lại trên đất Thái, không bị đẩy ra biển lần nữa. Nhưng việc đời đâu có dễ dàng, vì còn có luật lệ của quốc gia đó. Chứ không phải làm theo tình thương của Chúa hay lòng Từ Bi của Đức Phật mà ban phát cho người thế gian được. Kết quả là tàu của anh vẫn phải thi hành theo luật cấp trên là phải bị kéo ra biển...

Những người cảnh sát này được lệnh sửa lại con tàu của nhóm anh để họ có thể tiếp tục ra khơi. Thế là sự hy vọng được ở lại đã trở thành tuyệt vọng. Nhưng rất may mắn là họ đã gặp được một người - ông cảnh sát trưởng có trái tim Bồ Đề, đã dùng trí huệ sáng suốt để vừa thi hành được mệnh lệnh cấp trên và cũng cứu giúp được tàu của anh. Đó là sau khi biết không thể thay đổi được lệnh ở cấp trên. Ông Trung Tá cảnh sát trưởng đã dặn dò nhà tôi rất kỹ càng:

- Sáng sớm ngày mai tôi được lệnh phải đẩy các anh ra biển trở lại cho đúng với lệnh của cấp trên. Nhưng anh nhớ nói với đồng bào của anh là cứ bình tĩnh xuống ghe,

và tất cả phải gom về phía đuôi ghe càng xa càng tốt để trong lúc tranh tối tranh sáng, tôi sẽ nói lính của tôi khi dẫn tàu anh ra khơi, bằng một sự vô tình họ sẽ làm tàu của các anh bị bể để có chứng cớ là tàu của các anh đã bị hư hại 100% thì lúc đó tôi sẽ có lý do để cứu thì đồng bào anh mới được ở lại. Nhưng xin anh ghi nhớ sự việc này chỉ có anh và tôi biết được thôi, đừng phổ biến với những người trên ghe anh, kẻo tôi sẽ bị liên lụy vì đã làm sai lệnh cấp trên.

Nhà tôi nghe đến đâu, cảm động đến đó. Nước mắt rưng rưng không ngờ trên đời này lại có những người "dưng" không cùng một đất nước quê hương với mình mà lại hết lòng giúp đỡ như vậy. Phải nói là ông cảnh sát trưởng này đã cứu mạng cả con tàu vượt biển của nhà tôi.

Ngày 17 tháng 1, 1979

Đúng như bài bản mà ông cảnh sát trưởng đã đề ra. Buổi sáng hôm đó nhà tôi đã khuyên mọi người nên nghe lời ông cảnh sát trưởng để trở lại lên tàu, vì không còn sự lựa chọn nào khác. Mọi người đã oà lên khóc, có người còn sụp xuống lạy ông Trung Tá. Có người khăng khăng không chịu xuống tàu, vì họ đã nhìn thấy cái chết trước mắt. Chỉ riêng mình nhà tôi biết là sẽ được cứu. Nhưng vì đã hứa giữ bí mật với ông Trung Tá rồi, làm sao mà nhà tôi dám nói với những người thuyền nhân này chứ. Nên một mặt phủ dụ mọi người để họ chịu xuống thuyền. Một mặt nhà tôi phải dặn mọi người phải gom hết xuống phần sau của con tàu như lời ông Trung Tá căn dặn.

Quả đúng như lời ông ta nói. Tàu Hải Quân Thái vừa kéo tàu của nhà tôi ra được một đoạn. Họ xoay chiều thối lui làm sao để đụng vào mỏm tàu của thuyền nhân vỡ mất một khoảng ở mũi tàu, mọi người đều kêu la thất thanh. Ngay lập tức ông cảnh sát trưởng liền cho lính ra cứu. Với chứng cớ là tàu bị hư hại, thế là mọi người được ở lại để làm thủ tục nhập cảnh tạm trú trên đất Thái. Trong khi mọi người vì không biết được sự chủ tâm muốn cứu người của ông Trung Tá mà phải làm như vậy (ngoại trừ nhà tôi) nên họ đã oán trách. Thế mới biết khi cái TÂM muốn giúp thì chẳng cần phải phô trương.

Nhà tôi đã đến gặp riêng ông cảnh sát trưởng để bày tỏ sự tri ân mà ông đã làm để cứu cho toàn thể chiếc ghe. Từ sự ân nghĩa này đã mở ra tình bạn giữa nhà tôi với ông cảnh sát trưởng trong những ngày lưu lại ở đây. Ông đã tận tình giúp đỡ nhà tôi như một người bạn thân thiết. Từ việc dẫn nhà tôi ra phố để đánh điện tín về cho tôi. Mang nhà tôi về nhà ông để tắm rửa và ăn cơm với gia đình ông trong những ngày còn ở tạm.

Ngày 26 tháng 1, 1979

Sau những ngày chờ đợi đến hai tuần lễ, cuối cùng thì nhóm ghe của nhà tôi cũng được nhập trại tỵ nạn Songkla. Tưởng khi rời tỉnh N... thì nhà tôi cũng sẽ mất liên lạc với ông. Nhưng ngược lại thỉnh thoảng ông đã lái xe Jeep đến trại tỵ nạn để thăm và mang quà tiếp tế. Vì thế khi tôi được nhập trại, ông cũng đã mang vợ ông đến thăm để chia vui. Rồi đến khi chúng tôi được chuyển lên trại chuyển tiếp ở Bangkok, vợ chồng ông cũng ghé và đưa đi ăn uống, thăm thú, ngắm cảnh thành phố Bangkok. Vì nhà chính của ông là ở Bangkok.

Sau khi định cư tại đệ tam quốc gia, chúng tôi vẫn giữ liên lạc với gia đình ông bằng thư từ qua lại. Thời gian sau này, khi các con đã trưởng thành, chúng tôi đã có nhiều thời gian để du lịch và cũng đã về thăm ông bà được vài lần. Mỗi lần gặp nhau ông bà vẫn cho chúng tôi cái cảm giác như người nhà với tình cảm thân thương quý mến...

Điều cảm động là có một lần chúng tôi về chơi, đúng vào dịp ngày sinh nhật của vợ ông, đã được ông bà mời ở lại tham dự buổi lễ chúc phúc cho ngày sinh nhật này. Theo phong tục của Thailand, tôi được biết chỉ những người là thành viên trong gia đình, thân bằng quyến thuộc mới được tham dự buổi lễ cầu nguyện này thôi. Sau những năm trong ngành cảnh sát phục vụ cho quê hương, ông đã lên đến chức Trung Tướng, và hiện nay ông đang là một Thượng Nghị Sỹ của Thailand.

Cô Kai

Trong khuôn viên của Hotel ở Bangkok, nơi đặt làm trạm chuyển tiếp cho tất cả thuyền nhân ở Thailand, có một gian hàng bán thực phẩm như bánh mì, bơ, sữa, bánh ngọt và nhiều thức ăn khô do người con gái của ông bà chủ Hotel đứng quản lý. Cô tên Kai, đang là sinh viên trường Đại Học Bangkok. Mỗi buổi sáng cô ra mở cửa hàng để cho người làm trông coi và sau đó thì đi học.

Vì có con nhỏ tôi thường hay mang các con vào đây để mua sữa hoặc bánh kẹo nên đã được quen với chủ nhân như một người bạn học. Kai rất yêu mến hai đứa con tôi, nhất là thằng út. Lần nào ra cửa hàng, Kai đều đi sang phòng để bế ẵm thằng nhỏ và cho quà. Có nhiều hôm Kai ở lại nói chuyện với chúng tôi rất lâu. Kai hỏi về nước Việt Nam, về thủ đô Saigon mà tôi vừa phải dứt áo ra đi. Tôi đã kể cho Kai nghe về những gì tôi và những thuyền nhân khác đã trải qua trên đường đi vượt biển. Kai đã rướm nước mắt khi được biết thuyền nhân chúng tôi đã phải trả cái giá vô chừng để đến được bến bờ tự do. Dần dà chúng tôi đi đến tình thân thiết, nên được biết gia đình Kai là chủ Hotel mà Cao Uỷ ty nạn đã mướn để làm nơi chuyển tiếp cho thuyền nhân.

Rồi thỉnh thoảng Kai cũng mang chúng tôi ra phố đi ăn và đi mua sách học Anh Văn. Một lần vào tiệm sách, nhà tôi đứng đọc say mê một cuốn Magazine về Electronic mà anh thích. Đọc xong anh không mua mà để lại chỗ cũ. Vì những thứ này đối với chúng tôi lúc bấy giờ là xa xỉ phẩm, phải để dành tiền cho những lúc con ốm con đau. Ấy vậy mà ngày hôm sau Kai đã mua cuốn Magazine đó và mang sang tặng nhà tôi.

Hôm rời trại chuyển tiếp để lên đường đi định cư, Kai đã nghỉ một buổi học để tiễn chúng tôi lên đường. Cô đã giúi vào tay tôi một phong bì, trong có bức thư viết rất tình cảm và một tấm hình của Kai tặng chúng tôi làm kỷ niệm. Trước khi lên xe Kai ôm hai đứa con tôi rất lâu như thể không muốn rời chúng nó. Tôi đã nhìn thấy Kai đưa tay chùi nước mắt khi xe lăn bánh. Ngồi trên máy bay tôi đã tự hỏi tại sao cả mấy trăm người cùng ở tại nơi đó, mà chỉ có gia đình tôi với Kai đã có sợi dây tình cảm thân thương như vậy. Phải chăng chúng tôi đã từng có sự liên hệ với nhau từ những kiếp trước để kẻ ở người đi đều mang những nỗi buồn như nhau?

Định cư được vài năm sau đó, chúng tôi nhận được tin Kai lập gia đình. Từ nửa vòng trái đất, chúng tôi gửi tặng Kai món quà mừng đám cướI. Nhưng có lẽ món quà tinh thần mà tôi biết Kai rất cảm động đó là tình bạn giữa Kai và chúng tôi luôn sâu đậm.

Trên bước đường lưu lạc, vợ chồng tôi thật quá may mắn để gặp được những người có trái tim nhân hậu. Đã cứu vớt cũng như giúp đỡ chúng tôi với tất cả chân tình, với tấm lòng quý mến. Như ông Trung Tá người Thái, cô Kai, anh H L trong tù, ông tài xế xe lam chợ Rạch Giá, ông cựu Đại Uý đi cùng ghe với chị em tôi, hai thanh niên Thanh và Hoàng đã cứu mẹ con tôi khỏi bị chết chìm... Phải chăng chỉ có sự đồng cảm và hữu duyên thì người ta mới được gặp nhau thôi.

Sự giúp đỡ người khác đến từ cái Tâm của con người. Không phải ai cũng có lòng nhân hậu, mà thay vào đấy họ có sự ích kỷ, chỉ biết nghĩ đến bản thân họ trước hoặc thấy người bị nạn thì ngoảnh mặt làm ngơ.

Cùng với ý nghĩ này, tôi nhớ đến hôm nhập trại. Một bác gái đã chạy sang chúc mừng vợ chồng tôi. Trong câu chuyện tôi được bà kể cho biết sở dĩ bà quen với nhà tôi vì hôm bà nhập trại, chưa có nơi trú ẩn vì đứa con út chín tuổi của bà bị ốm nặng. Đang nằm ngủ nhà tôi nghe có tiếng rên rỉ, anh vén mùng nhìn ra ngoài thấy mấy mẹ con bà đang nằm dưới đất trên tấm bạt nylon mà lúc ấy trời mưa tầm tã. Bà vừa khóc vừa kể với nhà tôi là con trai bà bị ốm đang lên cơn sốt cao. Anh vội nhổm dậy và nhường cái lều, mùng mền cho mấy mẹ con nằm. Bà cảm kích cái ơn nên thường hay lui tới với chúng tôi.

Qua câu chuyện này tôi chợt nhớ đến người ân nhân ở trong tù với nhà tôi, đã nhường cái mùng và chỗ nằm cho con trai tôi. Để bây giờ cái phước hạnh này, nhà tôi lại làm cho người khác. Tôi nghĩ phước báu, ân huệ nó như một ngọn lửa lúc nào cũng phải nên "mồi" để luân chuyển cho những người khác. Có như thế cuộc sống ở thế gian này mới bớt được sự khổ đau.

Khi chiếc phi cơ DC-9 của hãng hàng không Wardair, cất cánh rời phi trường Bangkok. Tôi biết từ nay Saigon chỉ còn trong tâm tưởng, là niềm nhớ không tên, là vết thương không bao giờ lành trong lòng mỗi thuyền nhân.

Đến được đệ tam quốc gia, người bản xứ đã nhìn tôi với vẻ "ngưỡng mộ". Họ bảo tôi đã can đảm khi một mình mang hai con đi vượt biển. Tôi đã nói với họ nếu ai ở vào hoàn cảnh của những thuyền nhân như chúng tôi thì cũng sẽ phải làm như vậy mà thôi. Bởi Tự Do là hai chữ vô giá cho mỗi một sinh vật hữu tình.

Mộng Thường
Tháng 4, 2014

www.ingramcontent.com/pod-product-compliance
Lightning Source LLC
Chambersburg PA
CBHW060401080526
44583CB00012B/428